태국인을 위한 한국어 회화

1945
문예림

태국인을 위한 한국어 회화

인 쇄 2004년 12월 15일
발 행 2004년 12월 20일
지은이 이한우
발행인 서덕일
발행처 도서출판 문예림
등록번호 1962. 7. 12. 제 2-110호
주 소 경기도 파주시 회동길 366
전화 02-499-1281,2 팩스 02-499-1283

잘못된 책은 구입하신 서점에서 교환해 드립니다.
이 책은 저작권법에 의해 보호를 받는 저작물이므로 무단전재와 무단 복제를 금합니다.

ISBN 978-89-7482-672-7 (13790)

คำนำ

    ในสังคมโลกที่กำลังแคบลง ทุกทีๆ นั้น สิ่งที่มีความสำคัญยิ่งต่อการดำเนินกิจการต่าง ๆ ระหว่างประเทศให้มีประสิทธิภาพสูงมีความเข้าใจ และมีความเชื่อถือซึ่งกันและกันอย่างเปี่ยมล้นนั้น นั่นก็คือ การใช้ภาษาของประเทศนั้น ๆเป็นเครื่องมือในการสื่อสารนั่นเอง ปัจจุบันนี้ประเทศไทยและประเทศเกาหลียังมีปัญหาในด้านการสื่อสารซึ่งกันและกันอยู่ แม้ว่าจะใช้ภาษาอังกฤษเป็นสื่อกลางก็ตามแต่ก็ไม่สามารถที่จะถ่ายทอดให้เข้าใจกันได้อย่างถี่ถ้วน

    ด้วยปัญหาดังกล่าวนี้ ผู้เขียนจึงได้จัดทำหนังสือ"สนทนาภาษาเกาหลีในชีวิตประจำวัน"ผู้เขียนได้ใช้คำศัพท์ในชีวิตประจำวันซึ่งผู้อ่านสามารถนำไปใช้ในการติดต่อสื่อสารซึ่งกันและกันระหว่างทั้งสองประเทศให้เข้าใจได้ยิ่งขึ้นการจัดทำหนังสือเล่มนี้มีส่วนช่วยแก้ปัญหาความไม่เข้าใจกันได้อย่างดียิ่ง หนังสือเล่มนี้ผู้เขียนได้ใช้ประโยคตัวอย่างพื้นฐานง่ายๆ และกระทัดรัดยิ่งและเป็นประโยคที่ใช้ในชีวิตประจำวันของสังคมเกาหลี เพื่อให้ประชาชนชาวไทยสามารถนำไปใช้ได้อย่างมีประสิทธิภาพโดยเฉพาะเวลามาเยี่ยมเยือนประเทศเกาหลีหรือเมื่อมีการติดต่อกันระหว่างประชาชนชาวเกาหลี ซึ่งพำนักอยู่ในประเทศไทยและพยายามประยุกต์ใช้คำสำคัญในการสร้างบทสนทนาให้กว้างขวางยิ่งขึ้น โดยรวบรวมคำศัพท์เหล่านั้นไว้ในตอนท้ายของแต่ละบท

    ผู้เขียนหวังเป็นอย่างยิ่งว่าหนังสือ"สนทนาภาษาเกาหลี

ในชีวิตประจำวัน" เล่มนี้จะเป็นเครื่องมืออำนวยความสะดวกในการสื่อสารของชาวไทยและชาวเกาหลีให้เข้าใจซึ่งกันและกันมากยิ่งขึ้น อันนำไปสู่ความร่วมมือในการติดต่อดำเนินกิจการต่างๆระหว่างประเทศเกาหลีกับประเทศไทย และความสัมพันธ์อันดีของทั้งสองประเทศต่อไป

   ผู้เขียนขอขอบพระคุณ อาจารย์ประจวบ ยิ้นเสน ที่ได้ช่วยเหลือในการจัดพิมพ์หนังสือเล่มนี้ จนสำเร็จลุล่วงไปด้วยดี หากหนังสือเล่มนี้มีข้อผิดพลาดประการใด ผู้เขียนยินดีน้อมรับคำแนะนำ เพื่อจะแก้ไขปรับปรุงให้มีประสิทธิภาพยิ่งขึ้นต่อไป

                 1 กันยายน 2547
                    ผู้เขียน

머리말

    날로 인접되어 가고 있는 세계 사회 속에서 우리가 부여 받은 제반 국제사회 업무를 상호 충분한 효율성과 이해력 및 신용성을 갖고 추진해 나가는데 그 무엇보다도 중요한 것 가운데 하나가 바로 그 나라의 언어를 직접 의사 전달 도구로 사용하는 것이다. 실은 오늘날 한·태 양국국민이 상호 의사를 전달하는데 비록 세계 공동 의사 전달 도구인 영어를 사용하더라도 충분한 이해심을 부각시킬 수 없기 때문에 아직도 적지 않은 문제점들을 소지하고 있는 것이다.

    이에 본 저자는 이번에 "일상생활 한국어 회화"라는 책을 저술하게 되었다. 이 책자에서는 주로 일상 생활 용어를 사용하여 독자로 하여금 한·태 양국간에 정확한 의사를 전달하여 상호 이해력을 가증 시켜 나가는데 그 역점은 두었음 으로 그 동안 상호 왜곡되어 온 문제를 해결하는데 그 일익을 담당하리라 사료된다. 아울러 태국국민이 한국을 방문하거나 태국 내에 거주하고 있는 한국국민과 접촉하는데 이를 아주 효율성 있게 사용해 나갈 수 있도록 하기 위하여 우선 쉬우면서도 간단한 기본 보기 문장을 사용한 다음 한국 사회의 일상 생활에서 사용하는 문장을 활용함과 동시에 본문의 주요 단어를 각 과의 끝부분에 정리하여 한층 더 폭 넓은 회화에 응용할 수 있도록 하였다.

    본 저자는 이 "일상생활 한국어 회화" 저술 책이 한·태 양국국민이 상호 의사를 전달하는데 한층 더 이해력을 부각시

키는데 편의를 제공해 주는 도구가 되어 앞으로 한·태 양국 간의 제반 업무 추진과 상호 관계 개선에 올바른 길잡이가 되길 간절히 바라 마지 않는다.

  끝으로 이 책이 완성될 때까지 다반면으로 많은 협력을 배려해준 쁘라쭈업 인쎈 (Prajuab Yinsen)교수님께 깊은 감사를 드린다. 그리고 만약 이 책에 어떠한 잘못된 점을 발견하여 지적해 주시면 앞으로 한층 더 효율적인 한국어 화화 책이 되도록 개선해 나가는데 많은 도움이 배려되리라 사료된다.

                                2004. 12 .1
                                지은이 씀

สารบัญ

ภาคที่ 1 สนทนาพื้นฐาน 11

บทที่ 1 ตัวอักษรเกาหลี 12
บทที่ 2 การทักทาย 23
บทที่ 3 คำถาม 26
บทที่ 4 คำตอบ 31

ภาคที่ 2 สนทนาชีวิตประจำวัน 35

บทที่ 1 การจองตั๋วเครื่องบิน 36
บทที่ 2 การตรวจคนออกนอกประเทศ 40
บทที่ 3 การตรวจคนเข้าเมือง 45
บทที่ 4 การใช้โรงแรม 50
บทที่ 5 การแลกเงินตรา 57
บทที่ 6 การใช้โทรศัพท์ 61
บทที่ 7 ที่ทำการไปรษณีย์ 65
บทที่ 8 การคมนาคม 73
บทที่ 9 การท่องเที่ยว 81
บทที่ 10 ที่ภัตตาคาร 87
บทที่ 11 อากาศ 96
บทที่ 12 การแนะนำให้รู้จัก 102

7

บทที่ 13	การเยี่ยมเยือน	108
บทที่ 14	การเรียนเชิญ	115
บทที่ 15	การนัดเวลา	119
บทที่ 16	การถามถนนหนทาง	125
บทที่ 17	การซื้อของ	131
บทที่ 18	การหาของ	139
บทที่ 19	ที่โรงพยาบาล	143
บทที่ 20	การแจ้งเหตุการณ์	150

차 례

Ⅰ. 기본회화 11
1. 한글 12
2. 인사 23
3. 질문 26
4. 대답 31

Ⅱ. 일상 생활 회화 35
제1과 비행기표 예약 36
제2과 출국수속 40
제3과 입국수속 45
제4과 호텔 사용 50
제5과 환전 57
제6과 전화 61
제7과 우체국 65
제8과 교통 73
제9과 관광 81
제10과 음식점 87
제11과 날씨 96
제12과 소개 102

9

제13과 방문　　　108
제14과 초대　　　115
제15과 시간약속　　119
제16과 길 묻기　　125
제17과 쇼핑　　　131
제18과 물건 찾기　　139
제19과 병원　　　143
제20과 사건신고　　150

Parte I

기본 회화

ภาคที่ 1 สนทนาพื้นฐาน

บทที่ 1 ตัวอักษรเกาหลี (한글)

I. ตัวอักษรหลักของภาษาเกาหลี
(한국어 기본 문자)

ตัวอักษรหลักของภาษาเกาหลีมีทั้งหมด 24 ตัว คือ พยัญชนะ 14 ตัวและสระ 10 ตัว ดังนี้

1. พยัญชนะ (자음) : 14 ตัว

ㄱ	기역	กียอก	G
ㄴ	니은	นีอึน	น
ㄷ	디귿	ดีกึด	D
ㄹ	리을	รีอึล	ร
ㅁ	미음	มีอึม	ม
ㅂ	비읍	บีอึบ	B
ㅅ	시옷	ซีอช	Sh
ㅇ	이응	อีอึง	O
ㅈ	지읒	จีอึจ	J

ㅊ	치읓	ชีอึช	ช
ㅋ	키읔	คีอึค	ค
ㅌ	티읕	ทีอึท	ท
ㅍ	피읖	**พีอึพ**	พ
ㅎ	이읗	ฮีฮึด	ฮ

2. สระ (모음) : 10 ตัว

ㅏ	아	อา	อา
ㅑ	야	ยา	ยา
ㅓ	어	ออ	ออ
ㅕ	여	ยอ	ยอ
ㅗ	오	โอ	โอ
ㅛ	요	โย	โย
ㅜ	우	อู	อู
ㅠ	유	ยู	ยู
ㅡ	으	อือ	อือ
ㅣ	이	อี	อี

Ⅱ. ตัวอักษรประสมของภาษาเกาหลี
(한국어의 결합 문자)

ตัวอักษรประสมของภาษาเกาหลีมีทั้งหมด 27 ตัว คือ พยัญชนะประสม 16 ตัว และ พยัญชนะควบ 11 ตัว ดังต่อไปนี้

1. พยัญชนะประสม (결합 자음) : 16 ตัว

พยัญชนะประสมนี้มีทั้งพยัญชนะซ้ำและพยัญชนะควบ ดังต่อไปนี้ คือ

1) พยัญชนะซ้ำ (복합 자음) : 5 ตัว

ㄲ	쌍기역	ซังกียอก	ก
ㄸ	쌍디귿	ซังดีกึด	ต
ㅃ	쌍비읍	ซังบีอึบ	ป
ㅆ	쌍시옷	ซังซีอช	ส
ㅉ	쌍지읒	ซังจีอึจ	จ

2) พยัญชนะควบ (혼합 자음) : 11 ตัว

ㄳ	기역 시읏	กียอกซีอซ	G + Sh
ㄵ	니은 지읒	นีอึนจีอึจ	น + J
ㄶ	나은 히읏	นีอึนฮีอึด	L + ฮ
ㄺ	리을 기역	รีอึลกียอก	ร + G
ㄻ	리을 미음	รีอึลมีอึม	ร + ม
ㄼ	리을 비읍	รีอึลบีอึบ	ร + B
ㄽ	리을 시읏	รีอึลซีอซ	ร + S
ㄾ	리을 티읕	รีอึลทีอึท	ร + ท
ㄿ	리을 피읍	รีอึลพีอึพ	ร + พ
ㅀ	리을 히읗	รีอึลฮีอึช	ร + ฮ
ㅄ	비읍 시읏	บีอึบซีอส	B + Sh

2. สระประสม (결합 모음): 11 ตัว

ㅐ	애	แอ	ㅏ+ㅣ
ㅒ	얘	แย	ㅑ+ㅣ
ㅔ	에	เอ	ㅓ+ㅣ
ㅖ	예	เย	ㅕ+ㅣ
ㅘ	와	วา	ㅗ+ㅏ
ㅚ	외	เว	ㅗ+ㅣ
ㅙ	왜	แว	ㅗ+ㅏ+ㅣ
ㅝ	워	วอ	ㅜ +ㅓ
ㅟ	위	วี	ㅜ +ㅣ
ㅞ	웨	เว	ㅜ +ㅓ+ㅣ
ㅢ	의	อืย	ㅡ +ㅣ

Ⅲ. กระสวนประโยคภาษาเกาหลี
(한국어의 문장 형식)

ในภาษาเกาหลีมีกระสวยประโยคทั้งหมด 5 กระสวยด้วยกัน ดังนี้

1 กระสวนที่ 1 : ประธาน + อกรรมกริยาหรือกริยาคุณศัพท์
(주어 + 완전 자동사 또는 형용사)

นกบิน
새가 난다 .
แซคา นันดา

เด็กเดิน
아이가 걷는다.
อาคีคา คอดนึนดา

ลมพัด
바람이 분다 .
บารัมมี บุนดา

ดอกไม้สวย
꽃이 예쁘다 .
กดชี เยปือดา

อากาศดี
날씨가 좋다 .
นัลซีคา โจทา

2 กระสวนที่ 2 : ประธาน + บทเสริมความ + วิกตรรกกริยา (주어 + 보어+불완전 자동사)

ฉันเป็นนักธุรกิจ

나는 사업가이다 .

นานึน ซาออบกาอีดา

เขาเป็นนักการทูต

그는 외교관이다.

คือนึน เวกฺโยควันอีดา

เราคล้ายคนไทย

우리는 태국 사람 비슷하다.

อูรีนึน แทกุกซารัมพีสิชฮาดา

ท่าทางของเขาคล้ายคนเกาหลี

그의 태도는 한국인 유사하다.

คืออีย แทโดนึน ฮันกุกอินยูซาฮาดา

ฝีมือของเขา เหมือนผู้เชี่ยวชาญ

그의 솜씨는 전문가 같다.

คืออียซมซีนึน จอนมุนคา คัดตา

| **3** | กระสวนที่ 3 : | ประธาน + กรรม + สกรรมกริยา
(주어 +목적어+완전 타동사) |

ผมรักเธอ
나는 너를 사랑한다 .
นานึน นอรึล ซารังฮันดา

เราอ่านหนังสือพิมพ์
우리는 신문을 읽는다.
อูรีนึน ชินมูนึล อิกนึนดา

เรากินผลไม้
우리는 과일을 먹는다.
อูรีนึน ควาอีรึล มอกนึนดา

เราเรียนภาษาต่างประเทศ
우리는 외국어를 배운다.
อูรีนึน เวกูกอรึล แบอุนดา

เราอ่านนวนิยาย
우리는 소설을 읽는다.
อูรีนึน โซซอรึล อิกนึนดา

4 กระสวนที่ 4: ประธาน + กรรมตรง(กรรมรอง) + กรรมรอง(กรรมตรง) + ทวิกรรมกริยา
(주어 + 직접 목적어(간접 목적어)+ 간접목적어 (직접목적어)+복합동사)

พ่อแม่ให้ของขวัญวันเกิดลูก

부모가 자식에게 생일 선물을 준다.

บูโมคา จาสิกเอเก แซงอิลซอนมูรึล จุนดา

เขาสอนภาษาเกาหลีเรา

그는 우리한테 한국어를 가르친다 .

คือนึน อูรีฮันเท ฮันกูกอรึล คารือชินดา

เขาขายของที่ระลึกลูกค้า

그는 손님한테 기념품을 판다.

อูรีนึน ซนนิมฮันเท คีนุยอมพุมึล พันดา

พี่ชายซื้อหนังสือนวนิยายให้น้องชาย

형이 소설책을 동생에게 사주었다.

ฮฺยองอี โซซอลแชกอึล ดงแซงเอเก ซาจูออธดา

น้องชายให้บัตรงานมงคลสมรสพี่ชาย

동생이 형님께 결혼 청첩장을 드린다

ดงแซงอี ฮฺยองนิมเก คฺยอลฮนชองชอบจังอึล ดือรินดา

5	กรพสวนที่ 5 : บทขยายประธาน + ประธาน +บทขยายกรรม + กรรม + บทขยายกริยา + สกรรมกริยา (주어 수식어+ 주어 + 목적어 수식어 + 목적어 + 동사 수식어 + 완전 타동사)

คนขยันอ่านหนังสือดีๆ มาก

부지런한 사람은 좋은 책을 많이 읽는다.

บูจีรอนฮันซารามึน โจอึนแชกึล มานี อีกนึนดา

บริษัทเราพัฒนาสินค้าใหม่เป็นจำนวนมาก

우리 회사는 신상품을 많이 개발한다.

อูรีเฮซานึน ซินซังพูมึล มานี แคบัลฮันดา

ประเทศเรา ส่งสินค้าเครื่องจักรชนิดต่างๆไปขายเป็นจำนวนมาก

우리 나라는 각종 기계 제품을 많이 수출한다.

อูรีนารานึน กักจง คีเกเจพุมึล มานี ซูชุลฮันดา

โรงเรียนเราสอนภาษาต่างประเทศทั้งหมด

우리 학교는 각 나라 말을 모두 가르친다.

อูรีฮักโกยนึน กักนารามารึล โมดูคารือชินดา

โรงแรมเรามักจะรับแต่เฉพาะแขกต่างประเทศ

우리 호텔은 주로 외국 손님만을 받는다.

อูรีโฮเทลรึน จูโรเวกุกซนนิมมันนึลบัดนึนดา

บทที่ 2 การทักทาย (인사)

สวัสดีครับ/ สวัสดีค่ะ
안녕하십니까?
อันยองฮาซิมนีก้า

เชิญมาเร็วๆ ครับ
어서 오십시오.
ออซอ โอสิบซีโอ

ฉันชื่อ ลี นาราครับ(ค่ะ)
나는 이 나라입니다.
นานึน อี นาราอึมนีดา

ท่านผู้นีชื่อ ลี ฮันแทครับ(ค่ะ)
이분은 이 한태입니다.
อีบูนึน อี ฮันแทอึมนีดา

ท่านผู้โน้น ชื่อนางสาวคิมมีอินค่ะ
저분은 김 미인양입니다.
ชอบูนึน คิมมีอีนยังอิมนีดา

ยินดีที่ได้พบกับครับ(ค่ะ)
만나서 반갑습니다.
มันนาซอ บันคับซึมนีดา

ผม(ดิฉัน)ก็เช่นเดียวกันด้วยครับ(ค่ะ)
저도 마찬가지입니다.
ชอโด มาชันคาจีอิมนีดา

เป็นอย่างไรบ้างครับ(ค่ะ)
어떻게 지내십니까?
ออตอเค จีแน ชิมนีก้า

ใช้ชีวิตอย่างสบายดีครับ(คะ)
덕분에 잘 지내고 있습니다.
ตอกปุเน จัล ชีแนโก อิจซึมนีดา

วันนี้ขอตัวกลับบ้านก่อนนะครับ(ค่ะ)
오늘 이만 귀가하겠습니다.
โอนึล อีมัน ควีคาฮาเกจซึมนีดา

วันหลังพบกันใหม่นะครับ(ค่ะ)
다음에 또 뵙겠습니다.
ทาอือเม โต เบบเกชซึมนีดา

สวัสดีครับ(เชิญไปโดยสวัสดิภาพ)
안녕히 가십시오.
อันยองฮี คาสิบซีโอ

สวัสดีครับ(เชิญอยู่โดยสวัสดิภาพ)
안녕히 계십시오.
อันยองฮี คาสิบซีโอ

บทที่ 3 คำถาม (질문)

นี่คืออะไรครับ(คะ)
이것은 무엇입니까?
อีคอซึน มูออซิมนีก้า

ต้องการอะไรครับ(คะ)
무엇을 원하십니까?
มูออซึล วอนฮาชิมนีก้า

กำลังหาอะไรครับ(คะ)
무엇을 찾습니까?
มูออซึล ชัดซึมนีก้า

ชื่ออะไรครับ(คะ)
이름이 무엇입니까?
อีรือมีมูออซิมนีก้า

มาจากไหนครับ(คะ)
어디서 오셨습니까?
ออดีซอ โอซยอดซึมนีก้า

กำลังพักอยู่ที่ไหนครับ(คะ)

어디에 묵고 계십니까?

ออดีเอ มุกโก เคชิมนีก้า

โรงแรมนั้น อยู่ที่ไหนครับ(คะ)

그 호텔이 어디에 있습니까?

คือ โฮเทรี ออดีเอ อิสซึมนีก้า

กำลังหาที่ไหนครับ(คะ)

어디를 찾으십니까?

ออดีรึล ชาจือชิมนีก้า

เป็นใครครับ(คะ)

누구십니까?

นูกู ชิมนีก้า

กำลังหาใครครับ(คะ)

누구를 찾으십니까?

นูกูรึล ชาจือชิมนีก้า

มากับใครครับ(คะ)

누구와 같이 오셨습니까?

นูกูวา คาชี โอชยอดซึมนีก้า

กำลังพูดโทรศัพท์กับใครครับ(คะ)
누구와 통화하고 계십니까?
นูกูวา ทงฮวาฮาโค เคชิมนีก้า

นัดกับใครครับ(คะ)
누구와 약속했습니까?
นูกุวา ยักซกแฮดซึมนีก้า

เป็นอย่างไรบ้างครับ(คะ)
어떻게 지내십니까?
ออตอเค ชีแนชิมนีก้า

มาอย่างไรครับ(คะ)
어떻게 오셨습니까?
ออตอเค โอชฺยอดซึมนีก้า

ไปที่นั่นได้อย่างไรครับ(คะ)
그 곳에 어떻게 갑니까?
คือ โคเซ ออตอเค คัมนีก้า

มาที่นี่เมื่อไหร่ครับ(คะ)
여기는 언제 오셨습니까?
ยอคีนึน ออนเจ โอชฺยอดซึมนีก้า

พบได้เมื่อไรครับ(คะ)
언제 만날 수 있습니까?
ออนเจ มันนัล ซู อิจซึมนีก้า

จะกลับเมื่อไรครับ(คะ)
언제 가십니까?
ออนเจ คาชิมนีก้า

ทำไมมีรถติดครับ(คะ)
왜 차가 밀립니까?
แว ชาคา มิลลิมนีก้า

ทำไมแพงอย่างนี้ด้วยครับ(คะ)
왜 이렇게 비쌉니까?
แว อีรอเค บีซัมนีก้า

ทำไมไม่ลดราคาให้ด้วยครับ(คะ)
왜 가격을 깎아주지 않습니까?
แว คาคฺยอกึล กักกาจูจี อันซึมนีก้า

นี่ราคาเท่าไรครับ(คะ)
이것은 얼마입니까?
อีคอซึน ออลมาอิมนีก้า

ใช้เวลานานเท่าไรครับ(คะ)
시간이 얼마나 걸립니까?
ซีคานี ออลมานา คอลลิมนีก้า

จะพักอยู่ที่นี่นานเท่าไรครับ(คะ)
여기에 얼마 동안 있을 겁니까?
ยอกีเอ ออลมา ตงอัน อิจซึลคอมนีก้า

ตอนนี้ถึงเวลากี่โมงครับ(คะ)
지금 몇 시입니까?
จีคึม มฺยอจซีอิมนีก้า

มีทั้งหมดกี่คนครับ(คะ)
모두 몇 명입니까?
โมดู มฺยอจ มฺยองอิมนีก้า

จากที่นี่ใช้เวลากี่ชั่วโมงโดยเครื่องบินครับ(คะ)
여기서 비행기로 몇 시간 걸립니까?
ยอกีซอ บีแฮงกีโร มฺยอจ ซีกัน คอลลิมนีก้า

บทที่ 4 คำตอบ (대답)

ใช่ครับ(ค่ะ)
네.
เน

เปล่าครับ(ค่ะ)
아니오.
อานีโอ

ขอบคุณครับ(ค่ะ)
고맙습니다/ 감사합니다.
โคมับซึมนีดา/ คำซาฮานีดา

ขอบคุณมากครับ(ค่ะ)
대단히 고맙습니다/ 대단히 감사합니다.
แดดันหีโกมับซึมนีดา/ แดดันหีคัมซาฮัมนีดา

ขอโทษครับ(ค่ะ)
미안합니다.
มีอันฮัมนีดา

ขอโทษมากครับ(ค่ะ)
대단히 미안합니다.
แดดันฮี มีอันฮัมนีดา

ขอประทานโทษครับ(ค่ะ)
죄송합니다.
เจซงฮัมนีดา

ขอประทานโทษเป็นอย่างยิ่งครับ(ค่ะ)
대단히 죄송합니다
แดดันฮี เจซงฮัมนีดา

ไม่เป็นไรครับ(ค่ะ)
괜찮습니다.
แควนชันซึมนีดา

ไม่เป็นไร(เป็นอันขาด)ครับ(ค่ะ)
천만에요.
ชอนมานเนโย

แน่นอนครับ(ค่ะ)
물론입니다.
มุลลนอิมนีดา

ขอรบกวนหน่อยนะครับ(ค่ะ)
실례합니다.
ชิลเลฮัมนิดา

Parte II

일상 생활 회화

ภาคที่ 2
สนทนาในชีวิตประจำวัน

บทที่ 1
การจองตั๋วเครื่องบิน
(비 행 기 표 예 약)

ฮัลโหล เป็นสายการบินเกาหลีใช่ไหมครับ(คะ)
여보세요 대한항공이지요?
ยอโบเซโย แดฮันฮังคงอีจีโย้

ครับ(ค่ะ) ใช่ครับ(ค่ะ) ต้องการอะไรครับ(คะ)
네, 그렇습니다. 무엇을 도와드릴까요?
เน คือรอซึมนีดา มูออซึลโดวาดือริลกาโย้

จะจองตั๋วเครื่องบินไปกรุงโซลครับ(ค่ะ)
서울행 비행기표를 예약하고자 합니다.
ซออุลแฮง บีแฮงคีพฺโยรีล เยยักฮาโกจา ฮำนีดา

จะออกเดินทางเมื่อไรครับ(คะ)
언제 떠나실 예정이지요?
ออนเจ ตอนาชิล เยจองอีจีโย้

วันศุกร์นี้ครับ(ค่ะ)
이번 주 금요일에요.
อีบอนจู คึมมฺโวอีเรโย

จะไปที่ไหนครับ(คะ)
행선지는 어디입니까? (어딥니까?)
แฮงซอนจีนึน ออดีอิมนีก้า(เออดิมนีก้า)

กรุงเทพ ฯ เมืองไทยครับ(ค่ะ)
태국 방콕입니다.
แทกุก บังคกอิมนีดา

กรุณารอสักครู่ครับ(ค่ะ)
잠깐만 기다리세요.
จำก้นมัน คีดารีเซโย

มีเครื่องบินเที่ยวบ่ายสองโมงครับ(ค่ะ)
오후 2 시 비행기를 탈 수 있습니다.
โอฮู ดูซี บีแฮงคีรึล ทัลซู อิจซึมนีดา

งั้นหรือครับ(คะ) ขอบคุณครับ(ค่ะ)
그래요? 감사합니다.
คือแรโย้ คำซาฮัมนีดา

비행기표 예약

ขอโทษครับ(ค่ะ) ท่านชื่ออะไรครับ(ค่ะ)
선생님, 성함이 어떻게 되시지요?
ชอนแซงนิม ซองฮามี ออตอเค เดซีจีโย้

ชวน เพชรแก้วครับ(ค่ะ)
추언 펫깨오입니다.
ชวน เพชรแก้วอิมนีดา

ได้จองตั๋วแล้วนะครับ(ค่ะ)
예약이 됐습니다.
เยยาคี แดวซซึมนีดา

กรุณาตรวจสอบการสำรองที่นั่งอีกครั้งนะครับ
출국 이틀 전에 다시 한번 예약 확인하세요.
ชุลกุก อีทึลจอเน ดาซี อันบอน เยยักฮวักอินฮาเซโย

ครับ(ค่ะ) ขอบคุณครับ(ค่ะ)
알겠습니다. 감사합니다.
อัลเกตซึมนีดา คำซาฮัมนีดา

암기 단어   **คำศัพท์ที่ควรจำ**

여행사	บริษัททัวร์	ยอแฮงซา
항공사	**บริษัทสายการบิน**	ฮังคงซา
행선지	สถานที่จะไป	แฮงซอนจี
성함	ชื่อและนามสกุล	ซองฮัม
확인	คอนเฟิร์ม	ฮวากิน
출국	การออกเดินทาง	ชุลกุ๊ก
예약	การจองตั๋ว	เยยัก

비행기 표 예약

บทที่ 2
การตรวจคนออกนอกประเทศ
(출 국 수 속)

ขอดูหนังสือเดินทางกับตั๋วเครื่องบินครับ(ค่ะ)
여권과 비행기표를 보여주시겠습니까?
ยอกวอนควา บีแฮงคีพฺโยรึล โบยอจูซีเกดซึมนีก้า

นี่ครับ(ค่ะ)
여기 있습니다.
ยอคี อิจซึมนีดา

ต้องการที่นั่งทางไหนครับ(คะ)
어느 쪽 좌석을 원하십니까?
ออนือจก จวาซอคึล วอนฮาสิบนีก้า

ขอที่นั่งด้านหน้าต่างครับ(ค่ะ)
창가쪽 좌석을 원합니다
ชังคาจก จวาซอคึล วอนฮัมนีดา

ครับ(ค่ะ) นี่ครับ(ค่ะ)
네, 여기 있습니다.
เน ยอคี อิจซึมนีดา

หมายเลขที่นั่งคือ A-20 ครับ(ค่ะ)
좌석 번호는 A-20 입니다.
จวาซอกบอนโฮนึน A-20อิมนีดา

มีสัมภาระไหมครับ(คะ)
짐이 있습니까?
จึมี อิจซึมนีก้า

ครับ(ค่ะ) มีครับ(ค่ะ) (เปล่าครับ(ค่ะ) ไม่มีครับ(ค่ะ)
네, 있습니다. (아니오, 없습니다)
เน อิจซึมนีดา(อานีโอ ออบซึมนีดา)

มีกระเป๋าทั้งหมดกี่ใบครับ(ค่ะ)
가방은 모두 몇 개입니까?
คาบังอึนโมดูมฺยอดแกอิมนีก้า

มีทั้งหมด 3 กระเป๋าครับ(ค่ะ)
전부 3 개입니다.
จอนบู เซแคอิมนีดา

ค่าภาษีสนามบินเท่าไรครับ(คะ)
공항 세는 얼마입니까?
คงฮังเซนึน ออลมาอิมนีก้า

สองหมื่นวอนครับ(ค่ะ)
20,000원입니다.
อีมันวอนอิมนีดา

เช็คอินขึ้นเครื่องที่ไหนครับ(คะ)
탑승 수속은 어디서 합니까?
ทับซึง ซูโซคึน ออดีซอ ฮานีก้า

ประตูที่ 5 ครับ(ค่ะ)
5 번 게이트입니다.
โอบอน เคอีทีออิมนีดา

เวลาขึ้นเครื่องกี่โมงครับ(คะ)
탑승 시간은 언제입니까?
ทับซึง ชีคานึน ออนเจอิมนีก้า

ตั้งแต่ 12 นาฬิกาครับ(ค่ะ)
12시부터입니다.
ยอลดูชีบูทออิมนีดา

ขอดูบัตรขึ้นเครื่องบินกับใบกรอกออกนอกเมืองครับ(ค่ะ)
탑승권과 출국 신고서를 보여주세요.
หับซึงควอนกวา ชุลกุกซินโคซอรึล โบยอจูเซโย

นี่ครับ(ค่ะ)
여기 있습니다.
ยอคี อิจซึมนีดา

กรุณาอย่าลืมรัดเข็มขัดนิรภัยในเครื่องบินนะครับ(ค่ะ)
기내에서 안전 벨트 착용을 잊지 마세요.
คีแนเอซออันจอนเบลทือชักยงอึลอิจจีมาเซโย

ขอบคุณครับ(ค่ะ)
감사합니다.
คัมซาฮัมนีดา

ร้านค้าปลอดภาษีอยู่ที่ไหนครับ(คะ)
면세점은 어디에 있습니까?
มยอนเซจอมึน ออดิเอ อิจซึมนีก้า

อยู่ทางโน้นครับ(ค่ะ)
저 쪽에 있습니다.
จอโจเก อิจซึมนีดา

암기 단어 คำศัพท์ที่ควรจำ

비행기표	ตั๋วเครื่องบิน	บีแฮงคีพฺโย
여권	หนังสือเดินทาง	ยอควอน
공항세	ค่าภาษีสนามบิน	คงฮังเซ
좌석 번호	หมายเลขที่นั่ง	จวาซอกบอนโฮ
탑승 시간	เวลาขึ้นเครื่องบิน	ทับซึง ซีคัน
면세점	ร้านปลอดภาษี	มฺยอนเซจอม
탑승권	บัตรขึ้นเครื่องบิน	ทับซึงควอน
출국 신고서	ใบกรอกออกนอกเมือง	ชุลกุก ชินโคซอ
안전 벨트	เข็มขัดนิรภัย	อันจอนเบลทือ
승무원	แอร์โอศเตส(พนักงานบริการบนเครื่องบิน)	ซึงมูวอน

บทที่ 3

การตรวจคนเข้าเมือง

(입 국 수 속)

ขอดูหนังสือเดินทางทางกับใบกรอกเข้าเมืองครับ(ค่ะ)

여권과 입국 신고서를 보여주세요.

ยอควอนกวา อิบกุกชินโคซอรึล โบยอจูเซโย

นี่ครับ(ค่ะ)

여기 있습니다.

ยอคี อิจซึมนีดา

ขอดูใบตรวจโรคครับ(ค่ะ)

검역 증명서를 보여주세요.

คอมยอก จึงมฺยองซอรึล โบยอจูเซโย

อยู่ในหนังสือเดินทางนั้นครับ(ค่ะ)

그 여권 안에 있습니다.

คือ ยอควอน อาเน อิจซึมนีดา

มาเกาหลีทำไมครับ(คะ)
방문 목적은 무엇입니까?
บังมุน มกจอคึ มูออชิมนีก้า

มาท่องเที่ยวครับ(ค่ะ) / มาติดต่อธุรกิจครับ(ค่ะ)
여행 왔습니다./ 사업차 왔습니다
ยอแฮง วัชซึมนีดา / ซาออบชาวัชซึมนีดา

จะพักอยู่กี่วันครับ(คะ)
며칠 동안 체류하실 겁니까?
มฺยอชิล ทงอัน เชริวฮาลคอมนีก้า

ประมาณหนึ่งอาทิตย์ครับ(ค่ะ)
약 1 주일 정도입니다.
ยัก อิลจูอิล จองโดอิมนีดา

จะพักอยู่ที่ไหนครับ(คะ)
어디에서 머무르실 겁니까?
ออดีเอซอ มอมูรือซิล คอมนีก้า

จะพักอยู่ที่โรงแรมแมนฮาทันครับ(ค่ะ)
맨하탄 호텔에서 머물 겁니다
แมฮาทันโอเทลเอซอ มอมูลคอมนีดา

มีตั๋วเครื่องบินขากลับไหมครับ(คะ)
귀국 비행기표를 갖고 계십니까?
ควีกุกมีแฮงคีพุโยรึลคัดโกเคซิมนีก้า

ครับ(ค่ะ) นี่ครับ(ค่ะ)
네, 여기 있습니다.
เน, ยอคี อิจซึมนีดา

รับกระเป๋าที่ไหนครับ(คะ)
수하물 찾는 곳이 어디입니까?
ซูฮามูล ชัดนึนโคซี ออดิอิมนีก้า

ทางโน้นครับ(ค่ะ)
저 쪽입니다.
ชอโจกอิมนีดา

มีของต้องแจ้งไหมครับ(คะ)
신고하실 것이 있습니까?
ซินโคฮาวิล คอซี อิจซึมนีก้า

ไม่มีครับ(ค่ะ)
없습니다.
ออบซึมนีดา

กรุณาเปิดกระเป๋านี้หน่อยครับ(ค่ะ)
이 가방 좀 열어 주시겠습니까?
อี คาบัง จม ยอรอ จูซีเกดซึมนีก้า

นี่เป็นอะไรครับ(คะ)
이것은 무엇입니까?
อีคอซึน มูออซึมนีก้า

นาฬิกาที่จะให้เพื่อนครับ(ค่ะ)
친구에게 줄 시계입니다.
ชินกูเอเค จุลซีเคอิมนีดา

จากที่นี่ถึงโรงแรมแมนฮาตันไปอย่างไรครับ(คะ)
여기서 맨하탄 호텔까지 어떻게 갑니까?
ยอคีซอ แมนฮาตันโฮเทลกาจี ออตอเค คัมนีก้า

ไปโดยรถเมล์หรือแท็กซี่ก็ได้ครับ(ค่ะ)
버스나 택시로 가면 됩니다.
บอซือนา แทกซีโรคามฺยอน เดมนีดา

암기 단어 **คำศัพท์ที่ควรจำ**

여행자	นักท่องเที่ยว	ยอแฮงจา
입국 신고서	ใบกรอกเข้าเมือง	อิบกุก ซินโคซอ
검역 증명서	ใบตรวจโรค	คอมยอก จึงมฺยองซอ
방문	การเยี่ยม	บังมุน
며칠	กี่วัน	มฺยอชิล
사업	ธุรกิจ	ซาออบ
체류하다	พำนัก	เชริวฮาดา
수하물	ของกระเป๋า	ซูฮามุล
신고하다	แจ้ง	ซินโคฮาดา
가방	กระเป๋า	คาบัง
선물	ของขวัญ	ซอนมุล

บทที่ 4

การใช้โรงแรม
(호 텔 사 용)

สวัสดีครับ(ค่ะ) มีห้องว่างไหมครับ(คะ)
안녕하세요. 빈 방이 있습니까?
อันยองฮาเซโย บินบังอี อิจซึมนีก้า

เชิญครับ(ค่ะ) ได้จองไว้หรือเปล่าครับ(คะ)
어서 오십시오. 예약을 하셨습니까?
ออซอ โอชิบชีโอ เยยากึล ฮาซฺยอจซึมนีก้า

ครับ(ค่ะ) ได้จองไว้เมื่อวานนี้ จากกรุงเทพฯครับ(ค่ะ)
예, 어제 방콕에서 예약했습니다.
แย, ออเจ บังคกเอซอ เยยักแฮดซึมนีดา

ชื่ออะไรครับ(คะ)
이름이 어떻게 되십니까?
อีรึมี ออตอเค เดซึมนีก้า

ชื่อดำรง ฐานดีครับ(ค่ะ)
담롱 탄디입니다.
ดำรง ฐานดี อิมนีดา

กรุณารอเดี๋ยวนะครับ(ค่ะ)
잠깐만 기다리세요
จำกันมัน คีดารีเซโย

ครับ(ค่ะ) ได้จองไว้แล้วครับ(ค่ะ)
예, 예약이 돼 있습니다.
เย, เยยาคีแดวอิจซึมนีดา

ต้องการห้องแบบไหนครับ(คะ)
어떤 방을 원하십니까?
ออตอน บังอึล วอนฮาซิมนีก้า

ขอห้องเดี่ยวครับ(ค่ะ)
싱글룸을 주세요.
ซิงคึลรูมึล จูเซโย

จะพักอยู่นานเท่าไรครับ(คะ)
얼마나 계실 겁니까?
ออลมานา เคซิล คอมนีก้า

จะพักหนึ่งอาทิตย์ครับ(ค่ะ)
일주일 동안 묵을 생각입니다.
อิลจูอิล ทงอัน มูคึล แซงคาคิมนีดา

ขอห้องสะอาดและราคาถูกครับ(ค่ะ)
싸고 깨끗한 방을 부탁합니다.
ซาโค แกกือทัน บังอึล บูทักฮานีดา

คืนละเท่าไรครับ(คะ)
일박에 얼마입니까?
อิลบาเก ออลมาอิมนีก้า

แสนวอนครับ(ค่ะ)
10만원입니다.
สิบมันวอนอิมนีดา

รวมอาหารเช้าด้วยแล้วนะครับ(ค่ะ)
아침 식사가 포함되어 있습니다.
อาชิมสิกซาคา โพฮัมเดออ อิจซึมนีดา

ไม่มีห้องราคาถูกหรือครับ(คะ)
더 싼 방은 없습니까?
ดอ ซันบังอึน ออบซึมนีก้า

ไม่มีครับ(ค่ะ)
없습니다.
ออบซึมนีดา

ห้องนั้นถูกที่สุดแล้วครับ(ค่ะ)
그 방이 제일 쌉니다.
คือ บังอี เจอิล ซัมนีดา

งั้น ขอห้องนั้นครับ(ค่ะ)
그럼 그 방으로 하겠습니다.
คือรอม คือ บังอือโร ฮาเกจซึมนีดา

ตอ้งเช็คเอาท์เมื่อไรครับ(คะ)
체크아웃은 어제 합니까
เชคืออาอูซึน ออนเจ ฮัมนีก้า

ต้องเช็คเอาท์ก่อนเที่ยงวันครับ(ค่ะ)
낮 12시 전에 해야 합니다.
นัดยอลดูซี จอเน แฮยา ฮำนีดา

ห้องเบอร์อะไรครับ(คะ)
방 번호는 몇 번입니까?
บัง บอนโฮนึน มฺยอจบอนอิมนีก้า

호텔사용

ห้อง 305ครับ(ค่ะ)
305 호실입니다.
ซำแบกโอโฮซิลอิมนีดา

ของมีค่าฝากไว้ที่ไหนครับ(คะ)
귀중품은 어디에 맡기지요?
ควีจุงพุมอึน ออดิเอ มัทกีจีโย้

ฝากไว้ที่เค้าน์เตอร์ครับ(ค่ะ)
카운터에 맡기면 됩니다.
คาอุนทอเอ มัดกีมฺยอน เดมนีดา

มีร้านอาหารอยู่ชั้นไหนครับ(คะ)
식당은 몇 층에 있습니까?
ซิกตังอึน มฺยอจ ชึงเอ อิจซึมนีก้า

อยู่ในชั้นหนึ่งครับ(ค่ะ)
1층에 있습니다.
อิลจึงเอ อิจซึมนีดา

ที่นั่นมีอาหารไทยด้วยไหมครับ(คะ)
거기에 태국 음식도 있습니까?
คอคีเอ แทกุกอึมซิกโด อิจซึมนีก้า

ยังไม่มีครับ(ค่ะ)
아직 없습니다.
อาจิก ออบซึมนีดา

จะเช็คเอาท์พรุ่งนี้เช้าครับ(ค่ะ)
내일 아침 일찍 체크아웃 하겠습니다.
แนอิล อาชิม อิลจิก เชคืออาอุด ฮาเกซซึมนีดา

ทั้งหมดเท่าไรครับ(คะ)
모두 얼마이지요?
โมดู ออลมาอีจีโย้

8แสน 5หมื่นวอนครับ(ค่ะ)
85만원입니다.
พัลสิบโอมันวอนอิมนีดา

นี่ครับ(ค่ะ) เงิน
돈 여기 있습니다.
ดน ยอคี อิจซึมนีดา

ขอบคุณครับ(ค่ะ) นี่ใบเสร็จครับ(ค่ะ)
감사합니다. 계산서 여기 있습니다.
คำซาฮัมนีดา   เคซันซอ ยอคี อิจซึมนีดา

암기 단어 คำศัพท์ที่ควรจำ

싱글룸	ห้องเดี่ยว	ซึงคิลรุม
트윈룸	ห้องคู่	ทือวินรุม
방 번호	เบอร์ห้อง	บัง บอนโฮ
예약하다	จองล่วงหน้า	เยยักฮาดา
묵다	พัก	มุกดา
일박 이일	หนึ่งคืนสองวัน	อึลบัก อีอิล
귀중품	ของมีค่า	ควีจุงพุม
숙박 카드	แบบฟอร์มห้องพัก	ซุกบักคาดือ
계산서	ใบเสร็จ	เคซันซอ

บทที่ 5

การแลกเงินตรา

(환 전)

มาอย่างไรครับ(คะ)

어떻게 오셨습니까?

ออตอเค โอซฺยอดซึมนีก้า

ขอแลกเงินเหรียญสหรัฐเป็นเงินเกาหลีครับ(ค่ะ)

달러를 한국 돈으로 바꾸러 왔습니다.

ดัลลอรึล ฮันกุกตนอือโร บากุรอ วัซซึมนีดา

เป็นเงินสดหรือเช็คเดินทางครับ(คะ)

현금입니까, 여행자 수표입니까? (수표입니까?)

ฮฺยอนคึมอิมนีก้า, ยอแฮงจาซุพฺโยอิมนีก้า(ซุพฺโยมนีก้า)

เป็นเช็คเดินทางครับ(ค่ะ)

여행자 수표입니다.

ยอแฮงจาซุพฺโยอิมนีดา

จะแลกเงินเป็นเงินสดเท่าไรครับ(คะ)
얼마나 현금으로 바꾸시겠습니까?
ออลมานา ฮฺยอนคือมือโร บากูซีเกดซึมนีก้า

วันนี้อัตราแลกเงินหนึ่งเหรียญเป็นเท่าไรครับ(คะ)
오늘은 일 달러에 얼마입니까?
โอนือรึน อิล ต้ลลอเอ ออลมาอิมนีก้า

환전

1,200 วอนครับ(ค่ะ)
1,200원입니다.
ชอนอิแบกวอนอิมนีดา

ขอแลกเงิน 100เหรียญครับ(ค่ะ)
백 달러 바꿔 주세요.
แบกดัลลอ บากวอจูเซโย

ขอดูหนังสือเดินทางหน่อยครับ(ค่ะ)
여권 좀 보여 주시겠습니까?
ยอกวอน จม โบยอจูซีเกดซึมนีก้า

ครับ(ค่ะ) นี่เช็คเดินทางด้วยครับ(ค่ะ)
네, 여권과 여행자 수표 여기 있습니다.
เน, ยอกวอนกวา ยอแฮงจาซุพฺโย ยอคี อิจซึมนีดา

กรุณาเซ็นชื่อเช็คเดินทางทุกใบด้วยครับ(ค่ะ)
수표마다 서명해 주세요.
ซูพฺโยมาดา ซอมฺยองแฮจูเซโย

จะรับธนบัตรใบละเท่าไรครับ(คะ)
얼마짜리 지폐로 드릴까요?
ออลมาจารี จีเพโร ดือริลกาโย้

ขอใบละหนึ่งหมื่นวอนครับ(ค่ะ)
만원짜리로 바꿔주세요.
มันวอนจารีโร บากวอจูเซโย

เงินที่เหลือนั้น ขอเป็นเงินปลีกครับ(ค่ะ)
나머지는 잔돈으로 주세요.
นามอจีนึน จันโดนือโร จูเซโย

นี่ครับ(ค่ะ)
네, 여기 있습니다.
เน ยอคี อิจซึมนีดา

ขอบคุณครับ(ค่ะ)
고맙습니다.
โคมับซึมนีดา

환전

암기 단어 คำศัพท์ที่ควรจำ

환전소	ที่แลกเงิน	ฮวันจอนโซ
환전율/환율	อัตราแลกเงิน	ฮวันจอนยุล/ ฮวันยุล
돈	เงิน	ดน
현금	เงินสด	ฮฺยอนคึม
여행자 수표	เช็คเดินทาง	ยอแฮงจา ซูพฺโย
지폐	ธนบัตร	จีเพ
동전	เงินเหรียญ	ดงจอน
잔돈	เงินปลีก	จันดน
서명하다	เซ็นชื่อ	ซอมฺยองฮาดา
달러	เงินตราสหรัฐฯ	ดาลลอ

환전

บทที่ 6
การใช้โทรศัพท์
(전 화)

전화

ฮัลโหล อยากโทรไปประเทศไทยครับ(ค่ะ)
여보세요. 태국에 국제 전화를 하고 싶습니다.
ยอโบเซโย แทกุเก กุกเจจอนฮวารึล ฮาโก สิบซึมนีดา

โทรศัพท์เบอร์อะไรครับ(คะ)
전화 번호가 몇 번입니까?
จอนฮวาบอนโอคา มฺยอจบอนอิมนีก้า

เบอร์ 123-4567 กรุงเทพฯ ครับ(ค่ะ)
방콕 123-4567 번입니다.
บังคก อิลอีซัม กุกเก ซาโอยุกชิลบอนอิมนีดา

ใครจะจ่ายค่าโทรศัพท์ครับ(คะ)
전화 요금은 누가 지불합니까?
ชอนฮวาโยคือมึนนูคาจีบุลฮัมนีก้า

ฉัน(คนรับสาย)จะจ่ายค่าโทรศัพท์ครับ(ค่ะ)
요금은 제가/상대방이 지불합니다.
โยคือมึน เจคา/ ซังแดบังอี จีบุลฮัมนีดา

สายกำลังไม่ว่างครับ(ค่ะ)
지금 통화 중입니다.
จีคึม ทงฮวาจุงอิมนีดา

전화

กรุณารอสักครู่ อย่าเพิ่งวางสายนะครับ(ค่ะ)
끊지 말고 잠깐만 기다리십시오.
กึนชีมัลโค จำมันมัน คีดารีสิบซีโอ

จะโทรไปใหม่ทีหลังนะครับ(ค่ะ)
나중에 다시 걸겠습니다.
นาจุงเอ ดาซี คอลเกดซึมนีดา

ใช้โทรศัพท์ภายในเมืองอย่างไรครับ(คะ)
시내 전화는 어떻게 합니까?
ซีแน จอนฮวานึน ออตอเค ฮัมนีก้า

กดเบอร์ศูนย์ก่อนแล้วกดเบอร์ที่ต้องการครับ(ค่ะ)
먼저 0번을 누르고 원하는 번호를 누르십시오.
มอนจอ ยอง บอนึล นูรือโค วอนฮานึน บอนโฮรึล นูรือสิบซีโอ

โทรศัพท์สาธารณะอยู่ที่ไหนครับ(คะ)
공중전화는 어디에 있습니까?
คงจุง ชอนฮวานึน ออดิเอ อิจซึมนีก้า

อยู่ที่ริมถนนใหญ่ครับ(ค่ะ)
큰 도로변에 있습니다.
คึนโดโร บฺยอเน อิจซึมนีดา

จะใช้เหรียญหรือการ์ดโทรศัพท์ครับ(ค่ะ)
동전을 사용합니까, 전화 카드를 사용합니까?
ดงจอนึล ซายงฮำนีก้า จอนฮวา คาดือรึล ซายงฮำนีก้า

ใช้โทรทั้งสองอย่างครับ(ค่ะ)
둘 다 모두 사용합니다.
ดูล ดา โมดู ซายงฮำนีดา

ขอบคุณครับ(ค่ะ)
감사합니다.
คำซาฮัมนีดา

암기 단어 คำศัพท์ที่ควรจำ

국제 전화	โทรศัพท์ต่างประเทศ	กุกเจจอนฮวา
공중 전화	โทรศัพท์สาธารณะ	คงจุงจอนฮวา
전화기	เครื่องโทรศัพท์	จอนฮวาคี
전화 번호	หมายเลขโทรศัพท์	จอนฮวา บอนโฮ
휴대 전화	โทรศัพท์มือถือ	ฮยูแด จอนฮวา
시내 전화	โทรศัพท์ในเมือง	ซีแน จอนฮวา
통화중	สายไม่ว่าง	ทงฮวาจุง

บทที่ 7
ที่ทำการไปรษณีย์
(우 체 국)

우체국

ที่ทำการไปรษณีย์อยู่ที่ไหนครับ(คะ)
우체국이 어디에 있습니까?
อูเชกุกี ออดีเอ อิจซึมนีก้า

อยู่หน้าโรงเรียนนี้เองครับ(ค่ะ)
바로 이 학교 앞에 있습니다.
บาโร อี ฮักกฺโย อาเพ อิจซึมนีดา

ตู้ไปรษณีย์อยู่ที่ไหนครับ(คะ)
우체통은 어디에 있습니까?
อุเชทงอึน ออดิเอ อิจซึมนีก้า

อยู่ตามถนนครับ(ค่ะ)
도로변에 있습니다.
โดโรบฺยอนเอ อิจซึมนีดา

ขายแสตมป์ที่ไหนครับ(คะ)
우표는 어디서 팝니까?
อูพฺโยนึน ออดิซอ พัมนีก้า

ขายที่ทำการไปรษณีย์ครับ(ค่ะ)
우체국에서 팝니다.
อูเชกุเกซอ พัมนีดา

อยากจะส่งพัสดุนี้ครับ(ค่ะ)
이 소포를 부치고 싶습니다.
อี โซโพรึล บูชีโกสิบซึมนีดา

จะส่งไปที่ไหนครับ(คะ)
어디로 보낼 겁니까?
ออดิโร โบแนล คอมนีก้า

ที่กรุงเทพฯ เมืองไทยครับ(ค่ะ)
태국 방콕으로요
แทกุก บางโคกือโรโย

กรุณาวางพัสดุนี้ไว้บนเครื่องชั่งน้ำหนักครับ(ค่ะ)
소포를 이 저울 위에 올려 놓으세요.
โซโพรึล อี จออุล วีเอ อลรฺยอ โนอือเซโย

มีน้ำหนักเท่าไรครับ(คะ)
무게가 얼마입니까?
มูเคคา ออลมาอิมนีก้า

500 กรัมครับ(ค่ะ)
500 그램입니다.
โอแบกคือแรมอิมนีดา

ใช้เวลานานเท่าไรโดยเรือครับ(คะ)
배로 며칠 걸립니까?
แบโร มฺยอชิล คอลลมินีก้า

ใช้เวลาประมาณ 1 เดือนครับ(ค่ะ)
약 한 달 걸립니다.
ยัก ฮันดัล คอลลิมนีดา

โดยเครื่องบินล่ะครับ(คะ)
비행기로는요?
บีแฮงคีโรนึนโย้

ใช้เวลาเกือบหนึ่งอาทิตย์ครับ(ค่ะ)
거의 일 주일 걸립니다.
คออึย อิลจูอิล คอลลิมนีดา

แล้วส่งด่วนละครับ(คะ)
속달로는요?
สกดัลโลนึนโย้

พรุ่งนี้ก็ถึงครับ(ค่ะ)
내일 도착합니다.
แนอิล โดชักฮัมนีดา

งั้นกรุณาส่งพัสดุนี้เป็นการลงทะเบียนและด่วนครับ(ค่ะ)
그럼 이 소포를 등기와 속달로 보내주세요.
คือรอม อีโซโพรึล ดึงคีวา ซกดัลโล โบแน จูเซโย

우체국

ข้างในมีอะไรครับ(คะ)
내용물은 무엇입니까?
แนยงมูรึล มูออชิมนีก้า

เป็นหนังสือสนทนาภาษาเกาหลีครับ(ค่ะ)
한국어 회화 책입니다.
ฮันกุกออเฮฮวาเชคิมนีดา

พัสดุนี้จะเข้าประกันไหมครับ(คะ)
이 소포를 보험에 드시겠습니까?
อี โซโพรึล โบฮอมเอ ดือชีเกดซึมนีก้า

ไม่เป็นไรครับ(ค่ะ)
괜찮습니다.
แควนชันซึมนีดา

เพียงแต่ช่วยเขียนว่า "ระวังตก"ไว้เท่านั้นครับ(ค่ะ)
단지 소포에 "취급 주의" 라고만 표시해 주십시오.
ดันจี โซโพเอ 'ชวีคึบจูอึย'ราโคมัน พฺโยซี แฮจุสิบซีโอ

คิดค่าส่งเท่าไรครับ(คะ)
요금은 얼마입니까?
โยคือมึน ออลมาอิมนีก้า

แปดพันวอนครับ(ค่ะ)
8000원입니다.
พัลชอนวอนอิมนีดา

หมู่นี้จดหมายธรรมดาภายในประเทศต้องติดแสดมป์เท่าไรครับ(คะ
요즈음 국내 일반 편지는 얼마입니까?
โยจืออึม กุกแน อิลบัน พฺยอนจีนึน ออลมาอิมนีก้า

130วอนครับ(ค่ะ)
130원 입니다.
แบกซัมสิบวอนอิมนีดา

우체국

แล้วไปรษณีย์บัตรล่ะครับ(คะ)
우편 엽서는요?
อูพฺยอน ยอบซอนนินไย้

ใบละ 100 วอนครับ(ค่ะ)
장당 100원입니다.
จังดัง แบกวอนอิมนีดา

ทิ้งไปรณีย์บัตรได้ที่ไหนครับ(คะ)
우편 엽서는 어디에 넣지요?
อูพฺยอน ยอบซอนึน ออดิเอ นอชีโย้

ทิ้งในตู้ไปรษณีย์ตามถนนครับ(ค่ะ)
도로변에 있는 우체통에 넣으세요.
โดโรบฺยอนเอ อิจนึน อุเชทงเอ นออือเซโย

อ้อ ที่นี่ส่งเงินทางธนาณัติได้ด้วยใช่ไหมครับ(คะ)
어 ! 여기서 우편환 송금도 되지요?
ออ ยอคีซอ อุพฺยอนฮวัน ซงคึมโด เดจีโย้

ครับ(ค่ะ) จะส่งเงินเท่าไรครับ(คะ)
네, 얼마를 송금하시겠어요?
เน ออลมารึล ซงคึมฮาซีเกดซอโย้

우체국

จะส่งคราวหน้าครับ(ค่ะ) ขอบคุณครับ(ค่ะ)
다음에 보내겠습니다. 감사합니다.
ดาอือเม โบแนเกดซึมนีดา คำซาฮัมนีดา

암기 단어 คำศัพท์ที่ควรจำ

우체국	ที่ทำการไปรษณีย์	อุเชกุก
우체통	ตู้ไปรษณีย์	อุเชทง
우표	แสตมป์	อุพฺโย
소포	พัสดุ	โซโพ
저울	เครื่องชั่งน้ำหนัก	จออุล
무게	น้ำหนัก	มูเค
배	เรือ	แบ
비행기	เครื่องบิน	บีแฮงคี
속달	การส่งด่วน	ซกตัล
등기	การลงทะเลียน	ตึงคี
내용물	ของในสิ่งที่อยู่ในกล่องพัสดุ	แนยงมุล

회화 책	หนังสือสนทนา	เฮฮวาแชก
편지	จดหมาย	พฺยอนจี
일반 편지	จาดหมายธรรมดา	อิลบัน พฺยอนจี
요금	ค่าส่ง	โยคึม
우편 엽서	ไปรษณีย์บัตร	อูพฺยอน ยอบซอ
편지지	กระดาษเขียนจดหมาย	พฺยอนจีจี
편지 봉투	ซองจดหมาย	พฺยอนจี บงทู
발신자	ผู้ส่ง	บัลซินจา
수신자	ผู้รับ	ซูซินจา
주소	ที่อยู่	จูโซ

บทที่ 8

การคมนาคม

(교 통)

รถเมล์ไปพระราชวังคฺยองบุกคือสายอะไรครับ(คะ)
경북궁 가는 버스는 몇 번입니까?
คฺยองบุกกุง คานึน บอซือนึน มฺยอจบอนอิมนีก้า

มีรถเมล์ธรรมดาสาย 48 และรถเมล์ประจำที่นั่งสาย 720 ครับ(ค่ะ)
일반 버스는 48번이고 좌석 버스는 720 번입니다.
อิลบันบอซือนึน ซาสิบพัลบอล อีโก จวาซอก บอซือนึน ชิลแบกอีสิบบอนอิมนีดา

สถานีรถเมล์สายนอกเมืองอยู่ที่ไหนครับ(คะ)
시외 버스 터미널이 어디에 있습니까?
ซีเว บอซือ ทอมีนอลอี ออดิเอ อิจซึมนีก้า

อยู่ที่คังนัมครับ(ค่ะ)
강남에 있습니다.
คังนาเม อิจซึมนีดา

교통

ขอดูตารางสายรถเมล์หน่อยครับ(ค่ะ)
버스 노선 표 좀 보여주세요.
บอซือ โนซอน พฺโย จม โบยอจูเซโย

นี่ครับ(ค่ะ) เอาไปก็ได้ครับ(ค่ะ)
여기 있습니다. 가져가셔도 됩니다.
ยอคี อิจซึมนีดา คาจอคาชฺยอโด เดมนีดา

ขอบคุณมากครับ(ค่ะ)
대단히 감사합니다.
แทดันฮี คำซาฮัมนีดา

교통

รถเมล์ไปปูซานจะออกกี่โมงครับ(คะ)
부산행 버스는 언제 출발합니까?
บูซันแฮง บอซือนึน ออนเจ ชุลบัลฮำนีก้า

ทุกครึ่งชั่วโมงครับ(ค่ะ)
매 반 시간마다 출발합니다.
แม มัมซีกันมาดา ชุลบัลฮำนีดา

จากที่นี้ถึงปูซานใช้เวลากี่ชั่วโมงโดยรถเมล์ครับ(คะ)
여기서 부산까지 버스로 몇 시간 걸립니까?
ยอคีซอ บูซันกาจี บอซือโร มฺยอจซีกัน คอลลิมนีก้า

ใช้เวลาประมาณ 6 ชั่วโมงครับ(ค่ะ)
약 6 시간 걸립니다.
ยัก ยอสอจ ซีกัน คอลลิมนีดา

ต้องเปลี่ยนสายกลางทางไหมครับ(คะ)
중간에 갈아타야 합니까?
จุงกาเน คาราทายา ฮำนีก้า

เปล่าครับ(ค่ะ) ไปถึงปูซานโดยตรงครับ(ค่ะ)
아닙니다. 곧장 부산까지 갑니다.
อานิมนีดา กดจัง บูซันกาจี คำนีดา

งั้น สำหรับรถไฟใช้เวลากี่ชั่วโมงครับ(คะ)
그럼 기차는 몇 시간 걸립니까?
คือรอม คีชานึน มฺยอจ ซีกัน คอลลิมนีก้า

ใช้เวลาประมาณ 4 ชั่วโมงครับ(ค่ะ)
약 4 시간 걸립니다.
ยัก เน ซีกัน คอลลิมนีดา

ต้องจองตั๋วไว้ล่วงหน้าหรือเปล่าครับ(คะ)
좌석을 미리 예약해야 합니까?
จวาซอคึล มีรี เยยักแฮยา ฮำนีก้า

ตามปกติต้องจองตั๋วล่วงหน้าอย่างน้อย 1 วันครับ(ค่ะ)
보통 최소 한도 하루 전에 예약을 해야 합니다.
โบทง เชโซฮันโด ฮารู จอเน เยยาคึล แฮยา ฮำนีดา

แต่สำหรับวันนี้มีตั๋วรถไฟบ่ายสองโมงเหลืออยู่ 2 ใบครับ(ค่ะ)
그러나 오늘은 오후 두 시 기차표 두 장이 남아 있습니다
คือรอนา โอนือรึน โอฮู ดุซี คีชาพฺโย ดูจังอี นำมาอิจซึมนีดา

เป็นรถไฟสายอะไรครับ(คะ)
무슨 열차입니까?
มูซึน ยอลชาอิมนีก้า

เป็นสายรถไฟแซมาอึลโฮครับ(ค่ะ)
새마을호 열차입니다.
แซมาอึลโฮ ยอลชาอิมนีดา

งั้น ขอตั๋วรถไฟแซมาอึลโฮ 2 ใบครับ(ค่ะ)
그럼 그 새마을호 열차표 2 장 주세요
คือรอม คือ แซมาอึลโฮ ยอลชาพฺโย ดูจัง จูเซโย

จะซื้อตั๋วไป-กลับ หรือตั๋วเที่ยวเดียวครับ(คะ)
왕복으로요. 편도로요?
วางโบคือโรโย้ พยฺอนโดโรโย้

ขอตั๋วเที่ยวเดียวครับ(ค่ะ)
편도로 주세요
พยอนโดโร จูเซโย

รถไฟสายนี้หยุดจอดที่ไหนบ้างครับ(คะ)
이 열차는 어디 어디에 정차해요
อี ยอลชานึน ออดิ ออดิเอ จองชาแฮโย้

หยุดจอดที่แดจอนและแดคูครับ(ค่ะ)
대전과 대구에 정차합니다.
แดจอนกวา แดกูเอ จองชาฮานีดา

หยุดจอดกี่นาทีครับ(คะ)
몇 분간 정차해요?
มยอจ บุนคัน จองชาแฮโย

หยุดจอดประมาณ 2 นาทีครับ(ค่ะ)
약 2 분간 정차해요.
ยัก อีบุนคัน จองชาแฮโย

แถวนี้มีสถานีรถไฟใต้ดินไหมครับ(คะ)
이 근처에 지하철역이 있습니까?
อี คึนชอเอ จีฮาชอลยอคี อิจซึมนีก้า

교통

ครับ(ค่ะ) มีรถไฟใต้ดินสายที่ 2 ครับ(ค่ะ)

네, 2 호선 지하철이 있어요.

เน อีโฮซอน จีฮาชอลอี อิจซอโย

รถไฟใต้ดินสายที่สองผ่านชายทะเลแม่น้ำฮันไหมครับ(คะ)

2호선 지하철이 한강 해변가에 갑니까?

อีโฮซอน จีฮาชอลอี ฮันคัง แฮบฺยอนคาเอ คาชิมนีก้า

ต้องลงกลางทางแล้วเปลี่ยนชนิดใหม่นะครับ(ค่ะ)

중간에 내려서 차를 갈아타야 합니다.

จุงคาเน แนรฺยอซอ ชารึล คาราทายาฮำนีดา

교통

งั้น ค่ารถแท็กซี่ประมาณเท่าไรครับ(คะ)

그럼 택시 비는 얼마나 듭니까?

คือรอม แท็กซีบีนึน ออลมานา ดึมนีก้า

ประมาณห้าพันวอนครับ(ค่ะ)

약 5000원입니다.

ยัก โอชอนวอนอิมนีดา

จากปูซันถึงเกาะเชจูใช้เวลานานเท่าไรโดยเรือครับ(คะ)

부산에서 제주도까지 배로 얼마나 걸리지요?

บูซาเนซอ เจจูโดกาจี แบโร ออลมานาคอลลีจีโย้

ใช้เวลาประมาณ 5 ชั่วโมงครับ(ค่ะ)
약 5 시간 걸립니다.
ยัก ดาสอด ซีคัน คอลลิมนีดา

จากเกาะเชจูถึงโซลใช้เวานานเท่าไรโดยเครื่องบินครับ(คะ)
제주도에서 서울까지 비행기로 얼마나 걸립니까?
เจจูโเอซอ ซออุล กาจี บีแฮงคีโร ออลมานา คอลลิมนีก้า

ใช้เวลาประมาณหนึ่งชั่วโมงครับ(ค่ะ)
약 1 시간 걸립니다.
ยัก ฮันซีกัน คอลลิมนีดา

교통

암기 단어 คำศัพท์ที่ควรจำ

버스	รถเมล์	บอซือ
일반 버스	รถเมล์ธรรมดา	อิลบัน บอซือ
좌석 버스	รถเมล์ที่นั่ง	จวาซอก บอซือ
고속 버스	รถเมล์ด่วน	โคซก บอซือ
관광 버스	รถเมล์ท่องเที่ยว	ควันควัง บอซือ
시내 버스	รถเมล์ในเมือง	ซีแน บอซือ
시외 버스	รถเมล์นอกเมือง	ซีเว บอซือ
버스 터미널	สถานีรถเมล์	บอซือ ทอมีนอล
버스 노선표	ตารางสายรถเมล์	บอซือ โนซอนพฺโย
기차/ 열차	รถไฟ	คีชา / ยอลชา
정차	การหยุดรถ	จองชา
지하철	รถไฟใต้ดิน	จีฮาชอล
해변가	ชายทะเล	แฮบฺยอนคา
항구	ท่าเรือ	ฮังคู

교통

บทที่ 9
การท่องเที่ยว
(관 광)

관
광

แผนกแนะนำสถานที่ท่องเที่ยวของโรงแรมอยู่ที่ไหนครับ(คะ)

호텔 관광 안내소는 어디 있습니까?

โฮเทล ควันควัง อันแนโซนึน ออดิ อิจซึมนีก้า

อยู่ทางขวามือครับ

오른 쪽에 있습니다.

โอรึน จกเอ อิจซึมนีดา

ต้องการไปเที่ยวที่ไหนครับ(คะ)

어디를 관광하시길 원하십니까?

ออดิรึล ควันควังฮาซีคิล วอนฮาชิมนีก้า

นี่ครับ(ค่ะ)หนังสือสำหรับท่องเที่ยว ครับ(ค่ะ)

여행 안내서 여기 있습니다.

ยอแฮง อันแนซอ ยอคี อิจซึมนีดา

อยากไปเที่ยวเมืองโซลครับ(ค่ะ)
서울 시내를 관광하고 싶습니다.
ซออูล ซีแนรึล ควันควังอาโก ซิบซึมนีดา

นี่คือแผนที่กรุงโซลครับ(ค่ะ)
이것이 서울 시내 지도입니다
อีคอซี ซออุลซีแน จีโดอิมนีก้า

ขอแนะนำเส้นทางไปภูเขานัมซัน พิพิธภัณฑ์สถานแห่งชาติ พระราชวังคยองบุก วัดโจเคซา สนามกีฬาโอลิมปิกครับ(ค่ะ)
남산, 국립 박물관, 경북궁, 조계사, 올림픽 공원 코스를 권하고 싶습니다.
นำซัน กุกริบ บักมุลควัน คยองบุกกุง โจเคซา โอลิมบิก คงวอน โคซือรึล ควอนฮาโคสิบซึมนีดา

ค่าท่องเที่ยวเท่าไรครับ(คะ)
요금은 얼마입니까? (얼맙니까?)
โยคือมึน ออลมาอิมนีก้า (ออลมัมนีก้า)

คนละสามหมื่นวอนครับ(ค่ะ)
일인당 삼만원입니다.
อิลอินทัง ซัมมานวอนอิมนีดา

รถเมล์ออกจากที่ไหนครับ(คะ)

버스는 어디서 출발하지요?

บอซือนึน ออดิซอ ชุลบัลฮาจีโย้

ออกจากหน้าโรงแรมครับ(ค่ะ)

호텔 앞에서 출발합니다.

โฮเทล อาเพซอ ชุลบัลฮำนีดา

ออกกี่โมงครับ(คะ)

몇 시에 출발합니까?

มฺยอจ ซีเอ ชุลบัลฮำนีก้า

ออก 4 โมงเช้าทุกวันครับ(ค่ะ)

매일 오전 10시에 출발합니다.

แมอิล โอจอน ยอลซีเอ ชุลบัลฮำนีดา

สำหรับนอกเมืองนั้นที่ไหนเป็นสถานที่ท่องเที่ยวชั้นหนึ่งของเกาหลีครับ (ค่ะ)

시외에는 어디가 한국의 관광 명소이지요?

ซีเวเอนึน ออดิคา ฮันกุกอึย ควันควัง มฺยองโซอีจีโย้

관광

มีหลายแห่งเช่น เมืองคยองจู ภูเขาซอรัก ศูนย์คติชนวิทยายงอิน เป็นต้นครับ(ค่ะ)

경주, 설악산, 용인 민속촌 등 여러 곳이 있습니다.

คยองจู ซอรักซัน ยงอินมินซกชน ดึง ยอรอ โคซี อิจซึมนีดา

คยองจูเป็นสถานที่แบบไหนครับ(คะ)

경주는 어떤 곳입니까?

คยองจูนึน ออตอน โคซิมนีก้า

관광

เป็นเมืองหลวงเก่าตัวแทนของเกาหลีครับ(ค่ะ)

한국의 대표적인 옛 수도입니다.

ฮันกุกอึย แด พโยจอกิน เยด ซูโดอิมนีดา

มีทางคมนาคมอะไรบ้างครับ(คะ)

교통 편은 어떤 것이 있습니까?

คโยทง พยอนนึน ออตอน คอซี อิจซึมนีก้า

จะใช้รถไฟหรือรถเมล์ด่วนได้ครับ(ค่ะ)

기차나 고속 버스를 이용할 수 있습니다.

คีชานา โคสก บอซือรึล อียงฮัลซู อิจซึมนีดา

จะใช้รถเช่าได้ไหมครับ(คะ)
렌트카도 이용할 수 있습니까?
เลนทือคาโด อียงฮัลซู อิจซึมนีก้า

แน่นอนครับ(ค่ะ)
물론이지요?
มุลลนอีจีโย

관광

암기 단어 คำศัพท์ที่ควรจำ

관광	การท่องเที่ยว	ควันควัง
관광지	สถานที่ท่องเที่ยว	ควันควังจี
관광 안내소	แผนกแนะนำสถานที่ท่องเที่ยว	ควันควัน อันแนโซ
관광회사	บริษัทท่องเที่ยว	ควันควังเฮซา
박물관	พิพิธภัณฑ์	บังมุลควัน
여행 안내소	แผนกแนะนำสถานที่ท่องเที่ยว	ยอแฮง อันแนโซ
시내	ในเมือง	ซีแน
시외	นอกเมือง	ซีเว
기차	รถไฟ	คีชา
버스	รถเมล์	บอซือ
고속 버스	รถเมล์ด่วน	โคสกบอซือ

บทที่ 10
ที่ภัตตาคาร
(음 식 점)

ถึงเวลาทานอาหารกลางวันแล้วครับ(ค่ะ)
점심 식사 시간이 되었어요.
จอมซิม สิกซา ซีคานี เดออซซอโย

ไปทานข้าวที่ไหนดีครับ(คะ)
어디로 식사하러 가지요?
ออดิโร สิกซาฮารอ คาจีโย้

เคยทานอาหารเกาหลีบ้างไหมครับ(คะ)
한국 음식을 먹어 본적이 있어요?
ฮันกุก อึมซีคึล มอคอ บนจอกี อิจซอโย้

ยังไม่เคยทานครับ(ค่ะ)
아직 먹어 본적이 없어요.
อาจิก มอคอ บนจอคี ออบซอโย

งั้น วันนี้ไปทานอาาหารเกาหลีเป็นอย่างไรบ้างครับ(คะ)
그럼, 오늘은 한국 음식을 먹으러 가는 게 어때요?
คือรอมโอนือรึนฮันกุกอึมซีคึลมอคือรอคานึนเคออแตโย้

ทางนี้มีร้านอาหารเกาหลีพอดีครับ(ค่ะ)
마침 이 쪽에 한국 음식점이 있어요.
มาชิม อี โจเก ฮันกุก อึมสิกจอมอี อิจซอโย

음식점

ก็ดีเหมือนกันครับ(ค่ะ)
그거 좋습니다.
คือคอ โจซึมนีดา

ที่นี่คือร้านอาหารเกาหลีที่มีชื่อเสียงครับ(ค่ะ)
여기가 바로 유명한 한국 음식점이에요.
ยอคีคา บาโร ยูมฺยองฮัน ฮันกุก อึมสิกจอมอีเอโย

เชิญเข้ามาครับ(ค่ะ)
어서 오십시오.
ออซอโอสิบซิโอ

มากันกี่คนครับ(คะ)
몇 분이시지요?
มฺยอจ บุนอีซีจีโย้

เราสองคนเองครับ(ค่ะ)
우리 두 명이에요.
อุรี ดู มฺยองอีเอโย

เชิญนั่งที่นี่ครับ(ค่ะ)
여기에 앉으세요.
ยอคีเอ อันจือเซโย

จะทานอาหารอะไรครับ(คะ)
무엇을 드시겠어요?
มูออซึล ดือซีเกดซอโย้

ขอดูรายการอาหารหน่อยครับ(ค่ะ)
메뉴 좀 보여 주세요.
เมนิว จม โบยอ จูเซโย

นี่ครับ(ค่ะ) รายการอาหาร
메뉴 여기 있습니다.
เมนิว ยอคี อิจซึมนีดา

ทานอาหารเผ็ดได้ไหมครับ(คะ)
매운 음식을 먹을 수 있어요?
แมอุน อึมซีกึล มอกึล ซู อิจซอโย้

ครับ(ค่ะ) แต่ไม่ค่อยชอบครับ(ค่ะ)

네, 그러나 별로 좋아하지 않아요.

เน คือรอนา บฺยอลโล โจอาฮาจี อานาโย

ผม(ฉัน)ก็เช่นเดียวกันครับ(ค่ะ)

나도 마찬가지예요.

นาโด มาชันคาจีเอโย

ที่นี่มีอาหารอะไรอร่อยครับ(คะ)

여기 무슨 음식이 맛있어요?

ยอคี มูซึน อึมซีคี มัจซิดจีโย้

อร่อยทุกอย่างครับ(ค่ะ)

모두 다 맛있어요.

โมดุ ดา มัจซิจซอโย

โดยเฉพาะอย่างยิ่งเนื้อย่างกับไก่ตุ๋นโสมครับ(ค่ะ)

그 중에서도 특히 불고기와 삼계탕이 맛있어요.

คือ จุงเอซอโด ทึกฮี บุลโคคีวา ซาเคทังอี มัดซิดซอโย

จะกินไก่ตุ๋นโสมครับ(ค่ะ)

삼계탕을 먹겠습니다.

ซัมเดทังอึล มอกเกดซึมนีดา

ขอไก่ตุ๋นโสมกับข้าวเนื้อย่างเกาหลีครับ(ค่ะ)
삼계탕과 불고기백반 주세요.
ซัมเดทัง ควา บุลโคคีแบกบัน จูเซโย

จะสั่งเหล้าด้วยไหมครับ(คะ)
술도 주문하시겠어요?
ซุลโด จูมุนอาซีเกดซอโย้

ที่นี่มีเหล้าอะไรบ้างครับ(คะ)
여기 무슨 종류의 술이 있지요?
ยอคี มูซึน จงริวอึย ซุลอี อิจจีโย้

มีเหล้าเกาหลีกับเหล้าฝรั่งเกือบทุกชนิดครับ(ค่ะ)
거의 모든 종류의 한국 술과 양주가 있어요.
คออึย โมดึน จงริวอึย ฮันกุกซุลกวา ยังจูคา อิจซอโย

เหล้าเกาหลีมีอะไรบ้างครับ(คะ)
한국 술에는 무엇이 있지요?
ฮันกุก ซุลเอนึน มูออซี อิจจีโย้

มีเหล้าโซจูกับมักกอลีครับ(ค่ะ)
소주와 막걸리가 있어요.
โซจูวา มักกอลลีคา อิจซอโย

ขอเหล้ามักกอลีขวดหนึ่งครับ(ค่ะ)
막걸리 한 병 주세요.
มักกอลลี ฮัน บฺยอง จูเซโย

จะสั่งกับแกล้มอะไรครับ(คะ)
무슨 안주를 주문하시겠어요?
มูซึน อันจูรึล ชุมุนอาชิเกดซอโย้

ขอปลาไหลทอดตัวหนึ่งครับ(ค่ะ)
장어 구이 하나 주세요.
จังออ คุอี ฮานา จูเซโย

เป็นอย่างไรบ้างครับ(คะ) อาหารเกาหลี
어때요? 한국 음식이.
ออแตโย้ ฮันกุกอึมซีกี

อร่อยมากครับ(ค่ะ)
아주 맛있습니다.
อาจู มัดอิจซึมนีดา

จะดื่มเหล้าอีกไหมครับ(คะ)
술 한잔 더 드시겠어요?
ซุล ฮันจัน ดอ ดือซีเกดซอโย้

พอแล้วครับ(ค่ะ) ยังเป็นเวลากลางวันอยู่ครับ(ค่ะ)
됐습니다. 아직 대낮인데요.
แดวดซึมนีดา อาจิก แดนาจินเดโย

งั้น เราสั่งของหวานดีกว่านะครับ(ค่ะ)
그러면 디저트를 주문하지요.
คือรอมฺยอน ดีจอทือรึล จูมุนฮาจีโย

จะทานของหวานอะไรดีครับ(คะ)
무슨 디저트를 드시겠어요?
มูซึน ดีจอทือรึล ดือซีเกดซอโย้

ขอชาโสมกับผลไม้ เป็นอย่างไรครับ(คะ)
인삼차와 과일이 어때요?
อินซำชาวา ควาอิลอี ออแตโย้

ก็ดีครับ(ค่ะ)
그거 좋습니다.
คือคอ โจซึมนีดา

ขอชาโสมสองแก้วกับผลไม้หน่อยครับ(ค่ะ)
인삼차 두잔과 과일 좀 주세요.
อินซัมชาดูจันกวาคฺวาอิลจมจูเซโย

นี่ครับ(ค่ะ) เอามาแล้วครับ(ค่ะ)
여기 가져왔습니다.
ยอคี คาจอ วัดซึมนีดา

อ้อ ถึงเวลาไปทำงานแล้วครับ(ค่ะ)
어! 일하러 갈 시간이 되었어요.
อ้อ อิลฮารอ คัลชีคานี เดออจซอโย

음식점

ที่นี่ค่าอาหารทั้งหมดเท่าไรครับ(คะ)
여기 음식값이 모두 얼마지요?
ยอคี อึมชิกคับชี โมดู ออลมาจีโย้

สามหมื่นวอนครับ(ค่ะ)
30,000원입니다.
สัมมันวอนอิมนีดา

นี่ครับ(ค่ะ)เงินค่าอาหาร ขอใบเสร็จด้วยครับ(ค่ะ)
돈 여기 있습니다. 영수증도 주세요.
ดน ยอคี อิจซึมนีดา ยองซูจึงโด จูเซโย

ขอบคุณมากครับ(ค่ะ) โอกาสหน้าเชิญมาใหม่นะครับ(คะ)
대단히 감사합니다. 다음에 또 오세요.
แดตันฮี คำซาฮัมนีดา ตาอึมเอ โตโอเซโย

암기 단어 คำศัพท์ที่ควรจำ

음식점	ร้านอาหาร	อึมสิกจอม
식당	โรงอาหาร	สิกดัง
메뉴	เมนู รายการอาหาร	เมนิว
음식	อาหาร	อึมสิก
불고기	เนื้อย่างเกาหลี	บูลโคคี
삼계탕	ไก่ตุ๋นโสม	ซัมเคทัง
술	เหล้า	ซุล
안주	กับแกล้ม	อันจู
디저트	อาหารว่าง	ดีจอทือ
인삼차	ชาโสม	อินซัมชา
과일	ผลไม้	ควาอิล
음식값	ค่าอาหาร	อึมสิกคับ
영수증	ใบเสร็จ	ยองซูจึง
재털이	ที่เขี่ยบุหรี่	แจทอลรี
이쑤시개	ไม้จิ้มฟัน	อีซูซีเค

บทที่ 11
อากาศ

(날 씨)

อากาศเกาหลีเป็นอย่างไรบ้างครับ(คะ)
한국의 날씨는 어때요?
ฮันกุกอึย นัลซีนึน ออแตโย้

มี 4 ฤดูครับ(ค่ะ)
네 개의 계절이 있어요
เน แคอึย เคจอลอี อิจซอโย

มีฤดูอะไรบ้างครับ(คะ)
무슨 계절이 있지요?
มูซึน เคจอรี อิจจีโย้

มีฤดูใบไม้ผลิ ฤดูร้อน ฤดูใบไม้ร่วงและฤดูหนาวครับ(ค่ะ)
봄, 여름, 가을, 그리고 겨울이 있어요.
บม ยอรึม คาอึล คือริโก เคฺยอุลอี อิจซอโย

แต่ละฤดูมีอากาศอย่างไรบ้างครับ(คะ)
각 계절의 날씨는 어때요?
กัก เคจอลอึย นัลซีนึน ออแตโย้

ฤดูใบไม้ผลิกับฤดูใบไม่ร่วงมีอากาศอบอุ่นครับ(ค่ะ)
봄과 가을에는 따뜻해요.
บมกวา คาอึลเอนึน ตาตึดแฮโย

ในฤดูร้อนมีอากาศร้อนมากครับ(ค่ะ)
여름에는 아주 더워요
ยอรือเมนึน อาจู ดอวอโย

และในฤดูหนาวมีอากาศหนาวครับ(ค่ะ)
그리고 겨울에는 추워요.
คือรีโก คิยออุลเอนึน ชูวอโย

มีฝนตกมากเมื่อไรครับ(คะ)
비는 언제 많이 와요?
บีนึน ออนเจ มานี วาโย้

โดยทั่วไปแล้ว มีฝนตกมากในเดือนมิถนายน ถึงกรฎาคมครับ(ค่ะ)
일반적으로 6월과 7월에 많이 와요.
อิลบันจอกือโร ยูวอลกวา ชิลวอนเอ มานี วาโย

날씨

ในหน้าหนาวมีหิมะตกมากเท่าไรครับ(คะ)
겨울에는 눈이 얼마나 와요?
คยออุลเอนึน นุนอี ออลมานา วาโย้

ค่อนข้างตกมากครับ(ค่ะ)
비교적 많이 와요.
บีคฺโยจอก มานี วาโย

ในหน้าร้อน ร้อนมากถึงเท่าไรครับ(คะ)
여름에는 얼마나 더워요?
ยอรึอเมนึน ออลมานา ดอวอโย้

날씨

มีอุณเหภูมิเฉลี่ยสุงว่า 25 องศาครับ(ค่ะ)
평균 기온이 25 도 이상이에요.
พฺยองคยุนคีโอนีอีสิบโอโดอีซังอีเอโย

ในช่วงเวลาฝนตกมีอะไรเกิดขึ้นครับ(คะ)
비가 올 때 무엇이 발생하지요?
บีคา อลแต มูอจซี บัลแสง ฮาจีโย้

มีฟ้าร้องกับฟ้าแลบครับ(ค่ะ)
천둥과 번개가 있어요.
ชอนดุงกวา บอนแคคา อิจซอโย

บางทีก็มีพายุและฟ้าผ่าด้วยครับ(ค่ะ)
어떤 때에는 폭풍과 벼락도 있어요.
ออตอนแตเอนืน พกพุงควา บฺยอรักโด อิจซอโย

หมู่นี้อากาศเกาหลีเป็นยังไงบ้างครับ(คะ)
요즈음 한국의 날씨는 어때요?
โยจืออึม ฮันกุกอึย นัลซีนึน ออแตโย้

ร้อนและฝนตกบ่อยด้วยครับ(ค่ะ)
덥고 비가 자주 와요.
ตอบโก บีตา จาจู วาโย

ดังนั้นจึงต้องเตรียมร่มกันฝนหรือร่มกันแดดเสมอครับ(ค่ะ)
그래서 우산이나 양산을 늘 준비해야 해요.
คือแรซออฺซันอีนายังซันอึลนึลจุนบีแฮยาแฮโย

ชอบฤดูอะไรมากที่สุดครับ(คะ)
무슨 계절을 제일 좋아해요
มูซึน เคจอรึล เจอิล โจอาแฮโย้

ชอบฤดูใบไม้ผลิที่เริ่มมีดอกไม้บานครับ(ค่ะ)
꽃이 피는 봄을 제일 좋아해요.
โกชี พีนึน โบมึล เจอิล โจอาแฮโย

แล้วคุณละครับ(คะ)
그럼 당신은요?
คือรอม ดังซีนึนโย้

ผม(ดิฉัน)ก็เช่นเดียวกันครับ(ค่ะ)
저도 마찬가지예요.
จอโด มาชันคาจิเยโย

암기 단어 คำศัพท์ที่ควรจำ

날씨	อากาศ	นัลซี
계절	ฤดู	เคจอล
봄	ฤดูใบไม้ผลิ	บม
여름	ฤดูร้อน	ยอรึม
가을	ฤดูใบไม้ร่วง	คาอึล
겨울	ฤดูหนาว	คฺยออุล
우기	ฤดูฝน	อูคี
건기	ฤดูแล้ง	คอนคี

따뜻하다	อบอุ่น	ตาตือทาดา
덥다	ร้อน	ดอบดา
춥다	หนาว	ชุบดา
비	ฝน	บี
눈	หิมะ	นุน
평균 기온	อุณหภูมิเฉลี่ย	พฺยองคฺยุน คีอน
천둥	ฟ้าร้อง	ชอนดฺง
번개	ฟ้าแลบ	บอนแก
폭풍	พายุ	พกบุง
벼락	ฟ้าผ่า	เบียรัก
우산	ร่มกันฝน	อุซัน
양산	ร่มกันแดด	ยังซัน

บทที่ 12

การแนะนำให้รู้จัก

(소 개)

소개

ขอแนะนำเพื่อนผม(ดิฉัน) ชวน เพชรแก้วให้รู้จักครับ(ค่ะ)

친구 추언 펫깨오씨를 소개하겠습니다.

เจ ขินคู ชวน เพชรแก้วชีรึล โซแกฮาเกดซึมนีดา

คุณชวน เพชรแก้ว มาจากเมืองไทยครับ(ค่ะ)

추언 펫깨오씨는 태국에서 왔습니다.

ชวน เพชรแก้วชีนึน แทกุกเอซอ วัซซึมนีดา

สวัสดีครับ(ค่ะ) ยินดีที่ได้รู้จักครับ(ค่ะ)

안녕하세요? 선생님을 알게 되어 반갑습니다.

อันยองฮาเซโย้ ซอนแซงนิมึล อัลเค เดออ บันคับซึมนีดา

สวัสดีครับ(ค่ะ) ผม(ดิฉัน)ก็เช่นเดียวกันครับ(ค่ะ)

안녕하세요. 저도 마찬가지예요.

อันยองฮาเซโย จอโด มาชันคาจิเยโย

ผม(ดิฉัน)ชื่อฮงคิลดงครับ(ค่ะ)

제 이름은 홍길동입니다

เจ อีรึมอึน ฮงคิลดงอิมนีดา

มาเกาหลีเมื่อไรครับ(คะ)

언제 한국에 오셨어요?

ออนเจ ฮันกุกเอ โอชฺยอดซอโย้

เมื่อเดือนที่แล้วครับ(ค่ะ)

지난 달에요.

จีนัน ดัลเอโย

ขอโทษครับ(ค่ะ) มากาหลีอย่างไรครับ(คะ)

실례지만 어떻게 한국에 오셨어요?

ซิลเลจิมัน ออตอเค ฮันกุกเอ โอชฺยอดซอโย้

มาเรียนภาษาเกาหลีครับ(ค่ะ)

한국어를 배우러 왔어요.

ฮันกุกกอรึล แบอูรอ ว้ซซอโย

นี่ครับ(ค่ะ) เป็นนามบัตรของผม(ดิฉัน)ครับ(ค่ะ)

여기 제 명함입니다.

ยอคี เจ มฺยองฮาอิมนีดา

소개

ขอบคุณครับ(ค่ะ) นี่เป็นนามบัตรของผม(ดิฉัน)ครับ(ค่ะ)
감사합니다. 이거 제 명합니다
คัมซาฮำนีดา อีคอส เจ มฺยองฮำอิมนีดา

ยินดีต้องรับการมาเกาหลีครับ(ค่ะ)
한국에 오신 것을 환영합니다.
ฮันกุกเอโอชินคอซึลฮวันยองฮัมนีดา

กรุณาช่วยเหลือหน่อยนะครับ(ค่ะ)
많이 좀 도와주세요.
มันอี จม โดวา จูเซโย

소개

จะอยู่ในเกาหลีนานเท่าไรครับ(คะ)
한국에 얼마 동안 있을 거예요?
ฮันกุกเอ ออลมา ดงอัน อิจซึล คอเอโย้

จะอยู่ประมาณ 2 ปีครับ(ค่ะ)
약 2 년 동안 있을 거에요.
ยัก อี นฺยอน ดงอัน อิจซึล คอเอโย

งั้น คงพูดภาษาเกาหลีได้คล่องต่อไปนะครับ(คะ)
그럼 앞으로 한국말을 능숙하게 하겠어요.
คือรอม อาพือโร ฮันกุกมารึล นึงสุกฮาเก ฮาเกดซอโย

จะพยายามอย่างเต็มที่ครับ(ค่ะ)

최선의 노력을 다하겠습니다.

เชสอนอึย โนรฺยอกอึล ดา ฮาเกดซึมนีดา

มาคนเดียวหรือครับ(คะ)

혼자 오셨습니까?

ฮนจา โอชฺยอดซึมนีก้า

ครฺับ(ค่ะ) มาคนเดียวครับ(ค่ะ) / เปล่าครับ(ค่ะ) ครอบครัวก็มาด้วยครับ(ค่ะ)

네, 혼자 왔습니다./아니오. 가족과 함께 왔습니다.

เน ฮนจาวัซซึมนีดา/ อานิโอ คาจกควา ฮำแก วัซซึมนีดา

หวังว่าคงประสบความสำเร็จนะครับ(ค่ะ)

성공하시길 빌겠어요.

ซองคงฮาซีคิล บิลเคดซอโย

ขอบคุณมากครับ(ค่ะ)

대단히 감사합니다.

แดดันฮี คำซาฮำนีดา

암기 단어 คำศัพท์ที่ควรจำ

소개	การแนะนำให้รู้จัก	โซแค
친구	เพื่อน	ชินคู
반갑다	ยินดี	บันคับตา
알다	รู้ รู้จัก	อัลตา
언제	เมื่อไร	ออนเจ
지난 달	เดือนที่แล้ว	จินัล ดัล
이달	เดือนนี้	อีดัล
다음 달	เดือนหน้า	ทาอึม ดัล
어떻게	อย่างไร	ออตอเค
한국어	ภาษาเกาหลี	ฮันกูกอ
태국어	ภาษาไทย	แทกูกอ
배우다	เรียน	แบอูดา
명함	นามบัตร	มฺยองฮัม
환영하다	ต้อนรับ	ฮวันยองฮาดา

도와주다	ช่วยเหลือ	โดวาจูดา
얼마 동안	ระยะเวลาเท่าไร	ออลมา ดงอัน
노력	ความพยายาม	โนรฺยอก
성공	การประสบความสำเร็จ	ซองคง

소개

บทที่ 13
การเยี่ยมเยือน
(방 문)

เป็นใครครับ(คะ)
누구세요?
นูคูเซโย้

เป็นชวน ฐานดีครับ(ค่ะ)
추언 탄디입니다.
ชวน ฐานดีอิมนีดา

มาพบใครครับ(คะ)
누구를 찾으세요?
นูคือรึลชาจือเซโย้

มาพบคุณฮงคิลดงครับ(ค่ะ)
홍길동씨 계십니까?
ฮงคิลดงชี เคชิมนีก๊า

ครับ(ค่ะ) อยู่ครับ(ค่ะ)
네, 있습니다
เน อิจซึมนีดา

มีแขกมาพบครับ(ค่ะ)
손님이 오셨습니다.
ซนนิมอี โอชฺยอดซึมนีดา

เชิญเข้ามาเร็วครับ(ค่ะ)
어서 들어 오십시오.
ออซอ ดือรอ โอสิบซีโอ

กำลังคอยอยู่แล้วครับ(ค่ะ)
기다리고 있었습니다.
คีดารีโก อิจซอจซึมนีดา

ขอโทษครับ(ค่ะ)ที่ทำให้คอยนาน
오래 기다리게 해서 죄송합니다.
โอแร คีดารีเคแฮซอ เจซงฮานีดา

มาสายหน่อยเพราะมีรถติดครับ(ค่ะ)
교통이 혼잡해서 조금 늦었습니다.
คฺโยทงอี ฮนจับแฮซอ โจคึม นือจอดซึมนีดา

방문

ไม่เป็นไรครับ(ค่ะ)
괜찮습니다.
แควนชั้นซึมนีดา

มาเกาหลีเพราะอะไรครับ(คะ)
무슨 일로 한국에 오셨어요
มูซึน อิลโล ฮันกุกเอ โอชฺยอดซอโย้

มาทำเรื่องธุรกิจครับ(ค่ะ)
사업상 용무로 왔습니다.
ซาออบซัง ยงมูโร วัซซึมนีดา

ครอบครัวทุกคนสบายดีใช่ไหมครับ(คะ)
가족은 모두 안녕하시지요?
คาโจคึน โมดู อันยองฮาซีจีโย้

ครับ(ค่ะ) สบายดี
네, 덕분에 잘 있습니다.
เน ดอกบุเน จัล อิซซึมนีดา

บ้านคุณใหญ่โตมากทีเดียวครับ(ค่ะ)
집이 꽤 크군요.
จีบี แกว คือคุนโย

มีสมาชิกครอบครัวมากไหมครับ(คะ)

가족이 많습니까?

คาโจคี มันซึมนีก้า

ครอบครัวเรามีทั้งหมด 4 คนครับ(ค่ะ)

우리 가족은 모두 4명입니다.

อุรี คาโจคึน โมดู เน มฺยองอิมนีดา

มีภรรยา(สามี) ลูกชาย ลูกสาวและผม(ดิฉัน)ครับ(ค่ะ)

아내와 (남편과) 아들, 딸 그리고 저입니다.

อาแนวา(นัมพฺยอนกวา) อาดึล ตัล คือรีโก จออิมนีดา

จะดื่มเครื่องดื่มอะไรครับ(คะ)

무슨 음료수를 드시겠어요?

มูซึน อึมรฺโยซูรึล ตือชีเกดซอโย้

ขอชาโสมครับ(ค่ะ)

저 인삼차로 하겠습니다.

จอ อินซัมชาโร ฮาเกดซึมนีดา

จะอยู่ที่เกาหลีนานเท่าไรครับ(คะ)

한국에 얼마 동안 머무실 겁니까?

ฮันกุกเอ ออลมา ดงอัน มอมุซิล คอมนีก้า

อีก 5 วัน จะเดินทางกลับครับ(ค่ะ)
5일 후에 떠납니다.
โออิล ฮูเอ ตอนัมนีดา

ขอตัวกลับก่อนครับ(ค่ะ)
이제 가봐야 되겠습니다.
อีเจ คาบวายา เดเกดซึมนีดา

เชิญทางอาหารเย็นก่อนกลับครับ(ค่ะ)
저녁 식사하고 가시지요.
จอนุยอก ซิกซา ฮาโก คาซีจีโย

ขอบคุณครับ(ค่ะ) มีนัดกับคนอื่นแล้วครับ(ค่ะ)
감사합니다. 다른 사람과 약속이 있습니다.
คัมซาฮานีดา ดารึน ซารัมควา ยักโซกี อิจซึมนีดา

งั้น ว่างๆ แวะมาอีกนะครับ(คะ)
그럼 시간 나면 다시 들러 주십시오.
คือรอม ซีคัน นามุยอน ดาซี ดึลลอ จุชิบซิโย

ขอบคุณครับ(ค่ะ) สวัสดีครับ(ค่ะ) (เชิญอยู่โดยสวัสดิภาพ)
고맙습니다. 안녕히 계십시오.
โคมับซึมนีดา อันนุยองฮี เคสิบซีโอ

ครับ(ค่ะ) สวัสดีครับ(ค่ะ) (เชิญไปโดยสวัสดิภาพ)
네, 안녕히 가세요
เน อันยองฮีคาเซโย

방문

암기 단어 คำศัพท์ที่ควรจำ

누구	ใคร	นูคู
손님	แขก	ซนนิม
가족	ครอบครัว	คาจก
사업	ธุรกิจ	ซาออบ
아내	ภรรยา	อาแน
남편	สามี	นัมพฺยอน
아들	ลูกชาย	อาดึล
딸	ลูกสาว	ต๊ล
음료수	เครื่องดื่ม	อึมรฺโยซู
인삼차	ชาโสม	อินซัมชา
머물다	พัก	มอมุลดา
떠나다	จากไป	ตอนาดา
약속	การนัด	ยักสก
5 일 후	หลัง 5 วัน	โอ อิล ฮุ
들르다	แวะ	ดึลลือดา

방문

บทที่ 14
การเรียนเชิญ
(초 대)

คุณคิมครับ พรุ่งนี้ตอนเย็นมีเวลาว่างไหมครับ(คะ)
김 선생님, 내일 저녁에 시간 있으세요?
คิม ซอนแซงนิม แนอิล จอนฺยอกเอ ซีคัน อิซซือเซโย้

ครับ(ค่ะ) มีเวลาว่างครับ(ค่ะ)
네, 시간 있습니다.
เน ซีคัน อิจซึมนีดา

มีงานอะไรหรือครับ(คะ)
무슨 일이 있습니까
มฺซึน อิลอี อิจซึมนีก้า

พรุ่งนี้เป็นวันเกิดของผม(ดิฉัน)ครับ(ค่ะ)
내일이 제 생일입니다.
เนอิลอี เจ แซงอิลอิมนีดา

อยากเรียนเชิญในงานเลี้ยงวันเกิดด้วยครับ(ค่ะ)
생일 파티에 초대하고 싶습니다.
แซงอิลพาทีเอ โชแดฮาโก ศิบซึมนีดา

ก่อนอื่น ขออวยพรวันเกิดครับ(ค่ะ)
우선 생일을 축하합니다.
อุซอน แซงอิลอึล ขุกฮาฮำนีดา

초대

เลี้ยงที่ไหนครับ(คะ)
파티 장소는 어디예요?
พาทีจังโซนึนออดีเยโย้

เป็นบ้านของฉันครับ(ค่ะ)
저희 집입니다.
จออึย จิบอิมนีดา

เริ่มงานเลี้ยงกี่โมงครับ(คะ)
파티는 몇 시에 시작합니까?
พาทีนึนมฺยอดซีเอซีจักฮัมนิก้า

เริ่ม 1 ทุ่มครับ(ค่ะ)
저녁 7시에 시작합니다.
จอนฺยอก อิลคบซีเอ ซีจักฮำนีดา

เชิญมาพร้อมกับภรรยา(สามี)ด้วยนะครับ(คะ)

부인(남편)과 함께 오십시오.

บูอิน(นำพุยอน)ควา ฮำเก โอสิบชีโอ

ครับ(ค่ะ) จะไปด้วยกันครับ(ค่ะ)

네, 함께 가겠습니다.

เน ฮำเก คาเคดซึมนีดา

ขอบคุณที่ได้เรียนเชิญครับ(ค่ะ)

초대해 주셔서 감사합니다.

โชแดแฮ จุชุยอซอ คัมซาฮำนีดา

ฉันก็ขอบคุณด้วยครับ(ค่ะ) ที่ยินดีรับเชิญครับ(ค่ะ)

초대를 받아주셔서 저도 감사합니다.

โชแดรึล บาดา ชูชุยอซอ จอโด คัมซาฮำนีดา

สำหรับเค้ก ผม(ดิฉัน)จะเตรียมเอาไปนะครับ(ค่ะ)

케익은 제가 준비해 가겠습니다.

เคอีกอึน เจคา จุนบีแฮ คาเกดซึมนีดา

ไม่ต้อง มามือเปล่าก็ได้ครับ(ค่ะ)

아닙니다. 그냥 오셔도 됩니다.

อานิมนีดา คือนุยอง โอซุยอโด เดมนีดา

초대

งั้น พบกันใหม่พรุ่งนี้นะครับ(ค่ะ)
그럼 내일 뵙겠습니다.
คือรอม แนอิลเบบเกดซึมนีดา

암기 단어 คำศัพท์ที่ควรจำ

초대	การเรียนเชิญ	โชแด
내일	พรุ่งนี้	แนอิล
오늘	วันนี้	โอนึล
어제	เมื่อวานนี้	ออเจ
생일	วันเกิด	แซงอิล
축하하다	อวยพร	ชุกฮาฮาดา
파티	งานเลี้ยง	พาที
장소	สถานที่	จังโซ
부인	ภรรยา	บูอิน
남편	สามี	นัมพฺยอน

บทที่ 15
การนัดเวลา
(시 간 약 속)

วันนี้ขอเวลาพบกันหน่อยได้ไหมครับ(คะ)
오늘은 만날 시간이 좀 있습니까?
โอนึล มันนัล ซีคันอี จม อิจซึมนีก้า

สำหรับตอนเช้า มีนัดกับคนอื่นแล้วครับ(ค่ะ)
오전에는 다른 사람과 약속이 있습니다.
โอจอนเอนึน ดารึน ซารัมควา ยักซกอี อิจซึมนีดา

แต่ ตอนบ่ายไม่เป็นไรครับ(ค่ะ)
그러나 오후에는 괜찮습니다.
คือรอนา โอฮูเอนึน แควนชันซึมนีดา

งั้น ประมาณ 4 โมงเย็น พบกันที่ไหนดีครับ(คะ)
그럼 오후 4시쯤 어디서 만날까요?
คือรอม โอฮู เน ซี จึม ออดิซอ มันนัลกาโย้

มีเรื่องอะไรสำคัญไหมครับ(คะ)
뭐 중요한 일이 있습니까?
มูชึน จุงโยฮัน อิลรี อิจซึมนีก้า

มีเรื่องที่จะปรึกษาหน่อยครับ(ค่ะ)
의논 드릴 일이 좀 있는데요.
อียนน ดือริล อิลอี จม อิจนึนเดโย

งั้นหรือครับ(คะ)
그렇습니까?
คือรอซึมนีก้า

งั้นฉันจะรอคุณที่ทำงานฉันในเวลาห้าโมงครึ่งเย็นนะครับ(ค่ะ)
그럼 저녁 5시 반에 제 사무실에서 기다리겠습니다.
คือรอมจอนุยอกดาสอดซีบาเนเจซามูซีเรซอคีดาริเกดซึมนีดา

ขอบคุณครับ(ค่ะ) ผม(ดิฉัน)จะไปที่ทำงานในเวลานั้นนะครับ(ค่ะ)
감사합니다. 그 때 사무실로 가겠습니다.
คัมซาฮำนีดา คือแต ซามูซิลโล คาเกดซึมนีดา

มาอย่างไรครับ(คะ)
어떻게 오셨습니까?
ออตอเค โอซฺยอดซึมนีก้า

มาพบท่านประธานคิมครับ(ค่ะ)
김 사장님 만나러 왔습니다.
คิม ซาจังนิม มันนารอ วัดซึมนีดา

กรุณารอเดี๋ยวนะครับ(ค่ะ)
잠깐만 기다리세요.
จ๋ำก้นมัน คีดารีเซโย

เชิญเข้าไปทางนี้ครับ(ค่ะ)
이 쪽으로 들어가세요.
อี โจกือโร ดึลลอ คาเซโย

อ้อ มาถึงแล้ว สวัสดีครับ(ค่ะ)
아! 오셨군요. 안녕하세요.
อา โอซฺยอดกุนโย อันยองฮาเซโย

ครับ(ค่ะ) สวัสดีครับ(ค่ะ) ขอโทษที่มาสายหน่อยครับ(ค่ะ)
네, 안녕하세요. 좀 늦게 와서 미안합니다.
เน อันยองฮาเซโย จม นึจเก วาซอ มีอันฮานีดา

ไม่เป็นไรครับ(ค่ะ) ตอนเย็นนั้นย่อมมีรถติดครับ(ค่ะ)
괜찮습니다. 저녁 때는 차가 밀리기 마련입니다.
แควนชั้นซึมนีดา จอนุยอกแตนึน ชาคา มิลลีคี มารฺยอนอิมนีดา

ถึงกระนั้นก็ตาม มาสายถึงครึ่งชั่วโมงครับ(ค่ะ)
그래도 반시간이나 늦었습니다.
คือแรโด บันชีคันอีนา นึจจอดซึมนีดา

หมู่นี้การดำเนินกิจการเป็นยังไงบ้างครับ(คะ)
요즈음 사업은 잘 됩니까?
โยจืออึม ซาออบึน จัล เดมนีก้า

มีปัญหานิดหน่อยครับ(ค่ะ)
문제가 좀 있습니다.
มุนเจคา จม อิจซึมนีดา

จึงมาเพื่อปรึกษาหน่อยครับ(ค่ะ)
그래서 좀 의논하러 왔습니다.
คือแรซอ จม อึยนนฮารอ วัดซึมนีดา

งั้น ทานอาหารเย็นก่อน เป็นอย่างไรครับ(คะ)
그럼 저녁 식사부터 먼저 하는 게 어때요?
คือรอม จอนุยอก ซิกซาบูทอ มอนจอ ฮานึนเค ออแตโย้

ก็ดีครับ(ค่ะ) เกือบ 1 ทุ่มแล้วนะครับ(ค่ะ)
그거 좋습니다. 거의 7시가 되었습니다.
คือคอ โจซึมนีดา คออึย อิลคบซีคา เดอออดซึมนีดา

ถึงจะมีเวลาเหลือเฟือเพียงพอครับ(ค่ะ)
그래야 시간적 여유가 있습니다.
คือแรยา ซีคันจอก ยอยูคา อิจซึมนีดา

ขอบคุณครับ
감사합니다
คัมซาฮานีดา

암기 단어 คำศัพท์ที่ควรจำ

시간	เวลา ชั่วโมง	ซีคัน
약속	การนัด	ยักซก
오전	ตอนเช้า	โอจอน
오후	ตอนบ่าย	โอฮู
사무실	สำนักงาน	ซามูซิล

만나다	พบ	มันนาดา
기다리다	คอย	คีดารีดา
의논하다	ปรึกษา	อึยนนฮาดา
어떻게	อย่างไร	ออตอแค
사장	ประธานบริษัท	ซาจัง
이 쪽	ทางนี้	อีจก
그 쪽	ทางนั้น	คือจก
저 쪽	ทางโน้น	จอจก
좀	หน่อย	จม
시간	ชั่วโมง	ซีคัน
반시간	ครึ่งชั่วโมง	บันซีคัน

บทที่ 16

การถามถนนหนทาง

(길 묻기)

ขอโทษครับ(ค่ะ)

실례합니다.

ชิลเลฮำนีดา

ในการไปพระราชวังคยองบุกขึ้นอะไรดีครับ(คะ)

경복궁에 가는데 무엇을 타는 것이 좋을까요?

คยองบุกคุงเอ คานึนเด มูออซึล ดานึน คอซี โจอึลกาโย้

กรุณานั่งรถเมล์หรือรถไฟใต้ดินครับ(ค่ะ)

버스나 지하철을 타십시오.

บอซือนา ชีฮาชอรึล ทาสิบซีโอ

มีระยะทางไกลไหมครับ(คะ)

거리가 멉니까?

คอรีคา มอมนีก้า

ไม่ไกลมากเท่าไรครับ(ค่ะ)
그렇게 멀지 않습니다.
คือรอเค มอลจี อันซึมนีดา

เดินไปได้ไหมครับ(คะ)
걸어 갈 수 있습니까?
คอรอคัลซูอิศซึมนีก้า

길묻기

ถ้าเดินไป ก็ใช้เวลาหน่อยครับ(ค่ะ)
걸어 가면 시간이 좀 걸립니다.
คอรอ คามยอน ซีคันอี จม คอลลิมนีดา

ใช้เวลานานเท่าไรครับ(คะ)
시간이 얼마나 걸립니까?
ซีคานี ออลมานา คอลลิมนีก้า

ใช้เวลาเกือบครึ่งชั่วโมงครับ(ค่ะ)
거의 반 시간 걸립니다.
คออึย บันซีคัน คอลลิมนีดา

สถานีรถไฟใต้ดินอยู่ที่ไหนครับ(คะ)
지하철역은 어디에 있습니까?
ซีฮาชอล ยอกอึน ออดิเอ อิจซึมนีก้า

อยู่ทางข้ามถนนนี้ครับ(ค่ะ)
이 길 건너편에 있습니다.
อี คิล คอนนอพฺยอนเน อิจซึมนีดา

ต้องลงรถป้ายไหนครับ(คะ)
어느 역에서 내려야 합니까?
ออนือ ยอกเอซอ แนรฺยอยา ฮำนีก้า

กรุณาลงที่ป้ายพระราชวังคฺยองบุกกุงครับ(ค่ะ)
경북궁역에서 내리십시오.
คฺยองบุกคุงเอซอ แนรีซิบซีโอ

รถไฟใต้ดินนี้เป็นสายเท่าไรครับ(คะ)
이 지하철은 몇 호선이지요?
อี จิฮาชอลอึน มฺยอจ โฮซอนอีจีโย้

เป็นสายหนึ่งครับ(ค่ะ)
1호선입니다.
อิลโฮซอนอิมนีดา

สายหนึ่งนี้ ผ่านป้ายพระราชวังคฺยองบุกหรือเปล่าครับ(คะ)
이 1호선은 경북궁역을 통과합니까?
อี อิลโฮซอนอึน คฺยองบุกคุง ยอกอึลทงความฮำนีก้า

ไม่ครับ(ค่ะ)
아닙니다.
อานิมนีดา

ต้องเปลี่ยนสายเป็นสายสองในป้ายซีชองครับ(ค่ะ)
시청역에서 2호선으로 갈아타야 합니다.
ซีชองยอคเอซออีโฮซอนอือโรคาราทายาฮัมนีดา

길묻기

ค่ารถไฟใต้ดินเท่าไรครับ(คะ)
지하철 요금은 얼맙니까? (얼마입니까?)
จีฮาชอล โยคึมมึน ออลมัมนีก้า(ออลมาอิมนีก้า)

เจ็ดร้อยวอนครับ(ค่ะ)
700원입니다.
ชิลแบกวอนอิมนีดา

ใช้เวลานานเท่าไรครับ(คะ)
시간은 얼마나 걸립니까?
ซีคานึน ออลมานา คอลลิมนีก้า

ใช้เวลาราวๆ 15 นาทีครับ(ค่ะ)
약 15분 걸립니다.
ยัก สิบโอบุน คอลลิมนีดา

ขอบคุณครับ(ค่ะ)
감사합니다.
คัมซาฮำนีดา

암기 단어 คำศัพท์ที่ควรจำ

경복궁	พระราชวังคยองบุก	คยองบุกกุง
버스	รถเมล์	บอซือ
지하철	รถไฟใต้ดิน	จีฮาชอล
역	ป้าย สถานี	ยอก
거리	ระยะทาง	คอรี
멀다	ไกล	มอลดา
가깝다	ใกล้	คากับดา
걸어가다	เดินไป	คอรอคาดา
거의	เกือบ จวบ	คออึย
시간	ชั่วโมง	ซีคัน
반시간	ครึ่งชั่วโมง	บันซีคัน

길	ถนน	คิล
건너편	ทางข้าม	คอนนอพฺยอน
내리다	ลง(รถ)	แนรีดา
타다	ขึ้น(รถ)	ทาดา
몇	กี่	มฺยอจ
1호선	สายหนึ่ง	อิลโฮซอน
통과하다	ผ่าน	ทงควาฮาดา
갈아타다	เปลี่ยนรถ	คาราทาดา

บทที่ 17
การซื้อของ
(쇼 핑)

แถวนี้มีร้านค้าอะไรบ้างครับ(คะ)
이 근처에 어떤 상점이 있습니까?
แถวนี้มีร้านค้าอะไรบ้างครับ(คะ)

มีตลาดนัมแดมุนกับห้างสรรพสินค้าลอตเต้ครับ(ค่ะ)
남대문 시장과 롯데 백화점이 있어요.
นัมแดมุนซีจังควารดเตแบกควาจอมอีอิจซอโย

ในตลาดนำแดมุน มักจะขายอะไรครับ(คะ)
남대문 시장에서 주로 무엇을 팔아요?
นัมแดมุนซีจังเอซอจูโรมูออซึลพาราโย้

ขายสินค้าพื้นเมืองชนิดต่างๆในร้านชำ(ร้านของชำร่วย)
(ร้านของชำร่วย)ทั้งหลายครับ(ค่ะ)
여러구멍 가게에서 각 종 토산품을 팔아요
ยอรอ คูมอง คาเคเอซอ กักจง โทซันพุมอึล พัลอาโย

쇼핑

ในห้างสรรพสินค้าขายสินค้าอะไรบ้างครับ(คะ)
백화점에는 무슨 상품들을 팔지요?
แพกฮวาจอมเอนึนมูซึนซังพุมทือรึลพัลจีโย

ในห้างสรรพสินค้าขายสินค้าอะไรบ้างครับ(คะ)
거의 모든 종류의 상품을 팔아요.
แบกฮวาจอมเอนึน มูซึน ซังพุมอล พัลจีโย้

ในห้างสรรพสินค้ามีใครบ้างครับ(คะ)
백화점에서는 누가 있지요?
แบกฮวาจอมเอนึน นูคา อิจจีโย้

มีมัคคุเทศก์ พนักงานขายและพนักงานเก็บเงินครับ(ค่ะ)
안내원과 판매원 그리고 수금원이 있어요.
อันแนวอนควา พันแมวอน คือรีโค ซุคิมวอนอี อิจชอโย

นักท่องเที่ยวชาวต่างประเทศชอบซื้อสินค้าอะไรครับ(คะ)
외국 관광객은 무슨 상품을 즐겨 사지요?
เวกุก ควันควังแกกอึน มูซึน ซังพุมอึล จึลคุยอซาจีโย้

พวกเขาชอบซื้อของที่ระลึกชนิดต่างๆครับ(ค่ะ)
그들은 각종 기념품을 즐겨 사요.
คือดึลอึน คักจง คีนุยอมพุมอึล จึลเยซาโย

และบางคนชอบซื้อของในชีวิตประจำวันครับ(ค่ะ)

그리고 일부는 일상 생와 용품을 즐겨 사요.

คือริโก อิลบูนึน อิลซัง แซงฮฺวัล ยงพุมอึล จึลคฺยอซาโย

นี่ชาโสม ขายราคาเท่าไรครับ(คะ)

이 인삼차는 얼마지요?

อี อินซำชานึน ออมาจีโย้

เป็น สามหมื่นวอนต่อหนึ่งกล่องครับ(ค่ะ)

한 박스에 30,000원 입니다.

ฮัน บักซือเอ ซำมันวอนอิมนีดา

ขอลดราคาหน่อยได้ไหมครับ(คะ)

좀 싸게 해주세요.

จม ซาเก แฮจูเซโย

ในห้างสรรพสินค้า เป็นราคาตายตัวครับ(ค่ะ)

백화점은 가격 정찰입니다.

แบกฮวาจอมอึน คาคฺยอก จองชัลอิมนีดา

จึงต่อราคาไม่ได้ครับ(ค่ะ)

그래서 가격을 흥정할 수 없습니다.

คือแรซอ คาคฺยอกอึล ฮึงจองฮัล ซู ออบซึมนีดา

ร้านขายของปลอดภาษีอยู่ที่ไหนครับ(คะ)
면세점은 어디에 있습니까?
มฺยอนเซจอมอึน ออดิเอ อิจซึมนีก้า

อยู่ที่ชั้นบนสุดครับ(ค่ะ)
맨 윗 층에 있습니다.
แมน วิจ ชึงเอ อิจซึมนีดา

ขอบุหรี่ฝรั่งกล่องหนึ่งครับ(ค่ะ)
양 담배 한 보루 주세요.
มฺยอนเซจอมอึน ออดิเอ อิจซึมนีก้า

ขอดูหนังสือเดินทางหน่อยครับ(ค่ะ)
여권 좀 보여 주세요.
ยอควอน จม โบยอจูเซโย

นี่ครับ(ค่ะ)
여기 있습니다.
ยอคี อิจซึมนีดา

ในร้านขายของที่ระลึกนี้มีอะไรบ้างครับ(คะ)
이 기념품 점에는 무엇들이 있지요?
อี คีนฺยอมพุมจอมเอนึน มฺออจดืออี อิจจีโย้

มีสินค้าพื้นเมืองชนิดต่างๆ ครับ(ค่ะ)
각종 토산품이 있어요. 각종 한국 토산품이 있어요.
คักจง ฮันกุก โทซันพุมอี อิจซอโย

สำหรับสินค้าของกินนั้นขายที่ไหนครับ(คะ)
식용 상품은 어디서 팔지요?
ซิกยงซังพุมอึนออดีซอพัลจีโย

ขายที่ตลาดสรรพสินค้าครับ(ค่ะ)
슈퍼마켓에서 팔아요.
ซุปพอมาเคตเอซอ พัลอาโย

แถวนี้มีศูนย์การค้าอะไรครับ(คะ)
이 근처에 무슨 쇼핑 센터가 있습니까?
อี คึนชอเอ มูซึน โชพิงเซนทอคา อิจซึมนีก้า

มีศูนย์การค้าโสมครับ(ค่ะ)
인삼 쇼핑 센터가 있습니다.
อินซัมโชพิงเซนทอคา อิจซึมนีดา

ในสินค้าโสมมีอะไรบ้างครับ(คะ)
인삼 상품에는 무엇 들어 있지요?
อินซัมโชพิงเซนทอคา อิจซึมนีดา

쇼핑

มีโสมขาว โสมแดงและโสมภูเขาครับ(ค่ะ)
백삼과 홍삼과 또 산삼이 있어요.
แบกซัมควา ฮงซัม โต ซันซำอี อิจซอโย

ซื้ออะไรเป็นของขวัญดีครับ(คะ)
선물로 무엇이 좋아요?
ซอนมุลโลมูออซีโจอาโย

ชาโสมดีครับ(ค่ะ)
인삼차가 좋습니다.
อินซัมชาคา โจซึมนีดา

ชาโสมแดงกล่องหนึ่งราคาเท่าไรครับ(คะ)
홍삼차 한 상자를 얼마입니까?
ฮงซัมชา ฮัน ซังจาเอ ออลมาอิมนีก้า

หมื่นห้าพันวอนครับ(ค่ะ)
만 오천원입니다.
มันโอชอนวอนอิมนีดา

ช่วยห่อสองกล่องให้หน่อยครับ(ค่ะ)
두 상자 포장개 주세요.
ดู ซังจา โพจังแฮ จูเซโย

ขอบคุณครับ(ค่ะ)
감사합니다.
คัมซาฮานีดา

암기 단어 คำศัพท์ที่ควรจำ

쇼핑	การซื้อของ	โซปิง
상점	ร้านขายของ	ซังจอม
시장	ตลาด	ซีจัง
구멍가게	ร้านขายของชำร่วย	คูมอง คาแค
백화점	ห้างสรรพสินค้า	แบกฮวาจอม
면세점	ร้านขายของปลอดภาษี	มฺยอนเซจอม
기념품점	ร้านขายของที่ระ	คีนฺยอมพุมจอม
슈퍼마켓	ตลาดสรรพสินค้า	ซุปเปอร์มาเกต
쇼핑센터	ศูนย์การค้า	โซพิงเซนทอ
토산품	สินค้าพื้นเมือง	โทซันพุม
상품	สินค้า	ซังพุม

암기 단어 คำศัพท์ที่ควรจำ

기념품	ของที่ระลึก	คีนฺยอมพุม
생활용품	ของใช้ในชีวิต	แซงฮวัล ยงพุม
일상 생활용품	ของใช้ในชีวิตประจำวัน	อิลซัง แซงฮวัล ยงพุม
인삼	โสม	อินซัม
가격	ชาโสม	อินซัมชา
정찰가격	ราคาตายตัว	คาคฺยอก(คับ)
흥정하다	ต่อราคา	ฮึงจองฮาดา
싸다	ถูก	ซาดา
비싸다	แพง	บีซาดา
포장하다	ห่อ	โพจังฮาดา

บทที่ 18
การหาของ
(물 건 찾 기)

จะช่วยอะไรดีครับ(คะ)
무엇을 도와 드릴까요?
มูออซืล โดวา ดือริลกาโย้

จะช่วยอะไรดีครับ(คะ)
가방을 잃어버렸습니다.
มูออซืล โดวา ดือริลกาโย้

ทำหายที่ไหนครับ(คะ)
어디서 잃어버렸습니까?
ออดิซอ อิลลอบอรฺยอจซืมนีก้า

ลืมของไว้ที่รถแท็กซี่ครับ(ค่ะ)
택시에 두고 내렸습니다.
แทกซีเอ ดูโก แนรฺยอจซืมนีดา

จำเบอร์รถแท็กซี่ได้ไหมครับ(คะ)
택시 번호를 기억하십니까?
แทกซี บอนโฮรึล คีออกฮาชิมนีก้า

เปล่า จำไม่ได้ครับ(ค่ะ)
아니오 기억하지 못합니다.
อานีโอ คีฮอกฮาจี มดฮำนีดา

ในกระเป๋านั้นมีอะไรบ้างครับ(คะ)
그 가방 안에 무엇이 들어 있습니까?
คือ คาบัง อันเอ มูออชี ดือรอ อิจซึมนีก้า

มีหนังสือเดินทางกับเอกสารครับ(ค่ะ)
여권과 서류가 들어 있습니다.
ยอควอนควา ซอริวคา ดือลอ อิจซึมนีดา

เงินนั้นไม่ได้ทำหายใช่ไหมครับ(คะ)
돈은 분실하지 않았지요?
โดนึน บุนชิลฮาจี อันอัจจีโย้

ครับ(ค่ะ) กระเป๋าเงินนั้นอยู่ในกระเป๋ากางเกงครับ(ค่ะ)
네, 돈 지갑을 바지주머니에 잇습니다.
เน ดนจีคับอึน บาจี จูมอนีเอ อิจซึมนีดา

ตอนนี้ พักอยู่ที่ไหนครับ(คะ)
지금 어디에 투숙하고 계시죠?
จีคึมออดีเอทู้ซุกฮาโกเคซีจโย

พักอยู่ที่โรงแรมโจซอนครับ(ค่ะ)
조선 호텔에 투숙하고 있습니다.
โจซอนโฮเทลเอ ทูสุกฮาโก อิจซึมนีดา

กรุณาจดชื่อและเบอร์ห้องครับ(ค่ะ)
이름과 방 번호를 적어주십시오.
อีรึมควา บัง บอนโฮรึล จอกอ จูสิบซีโอ

นี่ครับ(ค่ะ) ชื่อและเบอร์ห้อง
여기 있습니다. 이름과 방 번호요.
ยอกี อิจซึมนีดา อีรึมควา บัง บอนโฮโย

กรุณาหาให้เร็วๆ นะครับ(คะ)
빨리 찾아주시면 감사하겠습니다.
ปัลลี ชาจาจุซีมยอน คำซาฮาเกดซึมนีดา

จะพยายามอย่างเต็มที่ครับ(ค่ะ)
최선을 다하겠습니다.
เชซอนอึล ดาฮาเกดซึมนีดา

암기 단어 คำศัพท์ที่ควรจำ

물건	สิ่งของ	มูลคอน
가방	กระเป๋า	คาบัง
여권	หนังสือเดินทาง	ยอควอน
서류	เอกสาร	ซอริว
돈	เงิน	ดน
돈지갑	กระเป๋าเงิน	ดนจีคับ
잃다	เสีย	อิลทา
기억하다	จำ	คีออกฮาดา
분실하다	ทำหาย	บุนซิลฮาดา

บทที่ 19
ที่โรงพยาบาล
(병 원)

มาด้วยเรื่องอะไรครับ(คะ)
무슨 일로 오셨습니까?
มูซิน อิลโล โอชฺยอดซึมนีก้า

มาตรวจครับ(ค่ะ)
진찰 받으러 왔습니다.
จินชัล บัดอือรอ วัดซึมนีดา

มีบัตรตรวจแล้วยังครับ(คะ)
진찰권 있으세요?
จินชัลควอน อิจซือเซโย้

ครับ(ค่ะ) มีแล้วครับ(ค่ะ)
네, 여기 있습니다.
เน ยอคี อิจซึมนีดา

กรุณารอในห้องรอตรวจสักครู่นะครับ(คะ)
대기실에서 잠깐만 기다리세요.
แดคิชิลเอซอ จำกันมัน คีดารีเซโย

ถ้าเป็นไปได้ กรุณาเรียกเร็วๆ นะครับ(คะ)
되도록 이면 빨리 불러주세요.
เดโดรกอีมฺยอน ปัลลี บฺลลอ จูเซโย

เชิญไปห้องตรวจครับ(ค่ะ)
진찰실로 가세요.
จินชัลซิลโล คาเซโย

ห้องตรวจอยู่ที่ไหนครับ(ค่ะ)
진찰실이 어디 있습니까?
จินชัลซิลอี ออดี อิจซิมนีก้า

เลี้ยวซ้ายแล้วห้องที่สองครับ(ค่ะ)
왼쪽으로 돌아서 두 번째 방입니다.
เวนจกอือโร โดราซอ ดุบอนเจบังอิมนีดา

เชิญนั่งเก้าอี้ตัวนี้ครับ(ค่ะ)
이 의자에 앉으십시오.
อี อึยจาเอ อันจือสิบซีโอ

ไม่สบายที่ไหนครับ(คะ)
어디가 아프십니까?
ออดิคา อาพือสิบนีก้า

ปวดหัวและเมื่อยทั้งตัวครับ(ค่ะ)
머리가 아프고 온몸이 쑤십니다.
มอรีคา อาพือโค อนมมอี ซูสิมนีดา

เป็นมานานหรือยังครับ(คะ)
오래 되셨나요?
โอแร เดซุยอดนาโย้

เปล่าครับ(ค่ะ) เริ่มตั้งแต่เมื่อวานตอนบ่ายครับ(ค่ะ)
아닙니다. 어제 오후부터 아팠습니다.
กานิมนีดา ออเจ โอฮูบูทอ อาพัดซึมนีดา

มีไอด้วยไหมครับ(คะ)
기침도 하십니까?
คีชิมโด ฮาชิมนีก้า

นานๆ ทีครับ(ค่ะ)
가끔 합니다.
คากึม ฮานีดา

มีน้ำมูกไหลด้วยไหมครับ(คะ)
콧물도 나옵니까?
คดมุลโด นาอมนีก้า

ครับ(ค่ะ) มีครับ(ค่ะ)
네, 그렇습니다.
เน คือรอซึมนีดา

กรุณาหายใจเข้าลึกๆ ครับ(ค่ะ)
숨은 깊게 들이키세요.
ซุมอึล คิบเค ดึลอีคีเซโย

병원

เป็นไข้หวัดใหญ่น่ะครับ(ค่ะ)
독감이군요.
ดกคำอีกุนโย

จะให้ยากินครับ(ค่ะ)
약을 지어 드리겠습니다.
ยักอึล จีออ ดือรีเดดซึมนีดา

ทานยานี้แล้วกรุณาพักอย่างเต็มที่นะครับ(คะ)
이 약을 먹고 푹 쉬십시오.
อี ยักอึล มอกโด พุก ชวีสิบซีโอ

ไม่ต้องฉีดยาหรือครับ(คะ)
주사를 맞지 않아도 될까요?
จูซารึล มัจจี อันอาโด เดลกาโยเ

เป็นมาไม่นาน ลองกินยานี้ก่อนครับ(ค่ะ)
아직은 초기니까 이 약부터 들어보세요.
อาจีคึน โชคีนีกา อี ยักบูทอ ดือรอ โบแซโย

ทานวันละกี่ครั้งครับ(คะ)
하루에 몇 번 먹습니까?
ฮารูเอมฺยอดปอนมอกซึมนีก๊า

ทานวันละ 3 ครั้ง หลังอาหาร 30 นาทีครับ(ค่ะ)
세 번 식후 30분에 드세요.
เซบอน สิกฮู สำสิบบุนเอ ดือเซโย

ขอบคุณครับ(ค่ะ)
감사합니다.
คัมซาฮำนีดา

암기 단어 คำศัพท์ที่ควรจำ

병 원	โรงพยาบาล	บยองวอน
진찰권	บัตรตรวจ	จินชัลควอน
대기실	ห้องรอ	แดคีซิล
진찰실	ห้องตรวจ	จินชัลซิล
왼쪽	ทางซ้าย	เวนจก
오른쪽	ทางขวา	โอรึนจก
돌다	เลี้ยว	ตลดา
아프다	ป่วย	อาพือดา
쑤시다	เมื่อย	ซูซีดา
기침	ไอ	คีชิม
가끔	นานๆ ที	คาก็ม
콧물	น้ำมูก	คดมูล
숨쉬다	หายใจ	ซุมชีดา
약	ยา	ยัก

주사	การฉีดยา	จูซา
식후	หลังอาหาร	สิกฮู
식전	ก่อนอาหาร	สิกจอน

บทที่ 20

การแจ้งเหตุการณ์

(사건 신고)

ฮัลโหล เป็นสถานีตำรวจใช่ไหมครับ(คะ)

여보세요. 경찰서죠?

ยอโบเซโย คฺยองชัลซอจีโย๋

ครับ(ค่ะ) ใช่ครับ(ค่ะ)

네, 그렇습니다.

เน คือรอซึมนีดา

มีหตุการณ์ใหญ่เกิดขึ้นแล้วครับ(ค่ะ)

대사건이 발생했습니다.

แดซากอนี บัลแซงแฮดซึมนีดา

เป็นนเหตุการณ์อะไรครับ(คะ)

무슨 사건이지요?

มูซึนซากอนอีจีโย้

เป็นอุบัติเหตุรถชนกันครับ(ค่ะ)
자동차 충돌 사고입니다.
จาดงชา ชุงดล ซาโกอิมนีดา

ที่นั่นเป็นที่ไหนครับ(คะ)
거기가 어디지요?
คอคีคา ออดิจีโย้

ข้างหน้าที่ทำการเทศบาลครับ(ค่ะ)
시청 앞입니다.
ซีชอง อัมอิมนีดา

คนขับรถและผู้โดยสารเป็นอย่างไรบ้างครับ(คะ)
운전 기사와 승객은 어떻습니까?
อุนจอนคีซาวา ซึงแกคึน ออตอซึมนีก้า

มีอาการสาหัสครับ(ค่ะ)
중태입니다.
จุงแทอิมนีดา

กรุณาเรียกรถพยาบาลให้หน่อยครับ(ค่ะ)
엠뷸런스를 좀 불러 주세요.
เอมบูลลอนซือรึล จม บุลลอ จูเซโย

มีทั้งหมดกี่คนครับ(คะ)
모두 몇 명입니까?
โมดู มฺยอจ มฺยองอิมนีก้า

8 คนครับ(ค่ะ)
8 명입니다.
ยอดอล มฺยองอิมนีดา

อาการเป็นอย่างไรบ้างครับ(คะ)
증상이 어떻습니까?
จึงซังอี ออตอซึมนีก้า

อาการไม่ค่อยหนักครับ(ค่ะ)
그리 심하지 않습니다.
คือรี ซิมฮาจี อันซึมนีดา

โชคดีจริงๆ ครับ(ค่ะ)
참으로 다행입니다.
ชาอือโร ดาแฮงอิมนีดา

เราต้องระมัดระวังอุบัติเหตุเสมอครับ(ค่ะ)
우리는 항상 우발 사고를 조심해야 합니다.
อูรีนึน ฮังซัง อุบัล ซาโครึล โจซิมแฮยาฮำนีดา

암기 단어

คำศัพท์ที่ควรจำ

경찰서	สถานีตำรวจ	คยองชัลซอ
경찰관	ตำรวจ	คยองชัลควัน
사건	เหตุการณ์	ซากอน
대사건	เหตุการณ์ใหญ่	แทซากอน
사고	อุบัติเหตุ	ซาโค
자동차	รถยนต์	จาดงชา
충돌	การชน	ชุงดล
시청	ตึกเทศบาล	ชีชอง
중태	อาการหนัก	จุงแท
엠불러스 (구급차)	รถพยาบาล	แอมบูลลอซือ คูคึบชา
증상	อาการ	จึงซัง
우발 사고	อุบัติเหตุ	อูบัล ซาโก

ประวัติผู้แต่ง

◎ สำเร็จการศึกษาปริญญาตรี สาขาวิชาภาษาไทย (B.A. in Thai Language) จากมหาวิทยาลัยฮันกุ๊กภาษาและกิจการต่างประเทศ ปี ค.ศ. 1973

◎ สำเร็จการศึกษาระดับมหาบัณฑิต สาขาการสอนภาษาไทย (M.A. in Thai Language Education) จากจุฬาลงกรณ์ราชวิทยาลัย ปี ค.ศ. 1977

◎ **สำเร็จการศึกษาระดับดุษฎีบัณฑิต สาขาพัฒนศึกษาศาสต** (Ph.D. in Development Education) **จาก มหาวิทยาลัยศรีนครินทรวิโรฒ ประสานมิตร ปี ค.ศ.** 1986

◎ **ปัจจุบัน ศาสตราจารย์ภาควิชาภาษาไทย มหาวิทยาลัยฮัน กุ๊กภาษาและกิจการต่างประเทศ**

ผลงานทางวิชาการ

한국어 회화(태국) (1988년)
요설 타이어작문 (1988년)
실용 타이어 회화 (1989년)
요설 태국학 (1989년)

실용 한국어문법 (1990년)
실용 타이어서식 (1991년)
요설 타이어 강독 (1992년)
태·한사전 공편저 (1993년)
증보 실용 타이어 회화 (1994년)
기본 시사타이어 (1994년)
요설 전통태국사회의 이해 (1995년)
여행필수 태국어회화 (1995년)
실용 태국어작문 (1996년)
영어대조 태국어회화 (1997년)
실용 태국어 강독 (1998년)
요설 한국어 문법론 (1999년)
기본 태국어 작문 (2000년)
요설 태국어 문법론 (2002년)
태국의 전통생활풍속 (2003년)
실용 태국어 작문론 (2003년)

	NO	도서명	정가
영어	1	4주완성 독학 영어 첫걸음	7,000
	2	지구촌 영어 첫걸음	9,000
	3	영어회화 고민 이제 끝냅시다! Ⅰ	9,000
	4	영어회화 고민 이제 끝냅시다! Ⅱ	8,000
	5	아낌없이 주는 영어	8,500
	6	비즈니스 영어	6,000
	7	입에 술술 붙는 영단어	9,500
	8	헷갈리는 영어 잡아먹기	10,000
	9	톡톡튀는 신세대 영어 표현 (1개)	11,000
	10	패턴의 원리를 알면 영어가 보인다 (3개)	13,000
	11	간편한 여행 영어 회화	4,500
	12	여행자를 위한 지구촌 영어 회화	8,000
	13	눈으로 느끼고 가슴으로 읽는 영어	8,500
	14	말장난으로 하는 영단어 DDR	9,000
	15	1000만인 관광 영어 회화	7,000
	16	영문 편지 쓰는 법	8,000
	17	영어 왜 포기해 !	8,000
	18	우리아이 영어와 재미있게 놀기 (1개)	13,000
	19	영어 교사를 위한 영어학	8,000
	20	영어 커뮤니케이션 가이드	12,000
	21	영어가 제일 쉬웠어요	6,500
	22	다모아 답에타(단어장)	12,000
	23	이것이 토종 미국 영어다 (2개)	13,000
	24	미국 영어가 보인다 (1개)	11,000
	25	영작문 패턴으로 따라잡기	15,000
	26	Toefl Writing Master - class	9,000
	27	Harvard Vocabulary (2개)	17,000
	28	미국 영어 회화	13,000
일본어	29	꿩먹고 알먹는 일본어 첫걸음 (3개)	9,800
	30	첫눈에 반한 일본어 회화 첫걸음 (3개)	10,800
	31	김영진 일본어 문법 핵심 정리 (3개)	12,000

	NO	도서명	정가
일본어	31	김영진 일본어 문법 핵심 정리 (3개)	12,000
	32	배낭 일본어	7,500
	33	1000만인 관광 일본어 회화	6,000
	34	일본어 단어장	7,000
	35	편리한 회화 수첩	8,000
	36	일본여행 110	7,000
중국어	37	꿩먹고 알먹는 중국어 첫걸음 (CD1)	9,800
	38	한방에 끝내는 중국어와 한자 첫걸음 (2개)	12,000
	39	여행필수 중국어 회화	7,000
	40	영어대조 중국어 회화	4,500
	41	최신 중국어법 노트	10,000
프랑스어	42	4주완성 독학 프랑스어 첫걸음	7,500
	43	여행필수 프랑스어 회화	6,000
	44	영어대조 프랑스어 회화	7,000
	45	프랑스어 편지 쓰기	8,000
	46	노래로 배우는 프랑스어 (1개)	9,500
	47	샹송으로 배우는 프랑스어 (2개)	12,000
스페인어	48	4주완성 독학 스페인어 첫걸음	8,000
	49	영어대조 스페인어 회화 (개정판)	7,000
	50	노래로 배우는 스페인어 (1개)	9,500
	51	실용 서반어 회화	5,000
	52	교양 스페인어	13,500
이태리어	53	지구촌 이태리어 첫걸음	8,500
	54	여행필수 이탈리아어 회화	5,000
	55	영어대조 이탈리아어 회화 (개정판)	6,000
	56	노래로 배우는 이탈리아어 (2개)	13,500
독일어	57	지구촌 독일어 첫걸음	7,500
	58	실용 독일어 회화	4,500

	NO	도서명	정가
	59	여행필수 독일어 회화	6,000
	60	배낭 독일어	7,500
	61	독일어 편지 쓰기	8,000
	62	영어대조 독일어 회화 (개정판)	6,000
	63	독일어 무역 통신문	10,000
	64	PNdS독해평가	6,500
	65	PNdS청취평가 구두시험	6,500
	66	PNdS핵심 독문법	6,500
	67	최신 독일어	14,800
	68	독일어 문법과 연습	12,000
	69	노래로 배우는 독일어 (1개)	11,000
	70	수능 독일어	9,500
	71	배낭 유럽어	7,500
	72	대학생을 위한 활용 독일어 I (3개)	18,000
	73	성경으로 배우는 독일어	12,000
	74	대학생을 위한 활용 독일어 II (3개)	17,000
러시아어	75	4주완성 독학 러시아어 첫걸음	8,000
	76	한국인을 위한 러시아어 첫걸음	7,000
	77	여행필수 러시아어 회화	7,000
	78	영어대조 러시아어 회화	6,000
	79	표준 러시아어	12,000
	80	표준 러시아어 회화	8,000
	81	최신 러시아어 문법	25,000
	82	러시아어 펜맨십 강좌	5,500
	83	노브이 러시아어	20,000
기타 외국어	84	실용 아랍어 회화	5,000
	85	여행필수 베트남어 회화	6,000
	86	여행필수 태국어 회화	7000
	87	여행필수 말레이 · 인도네시아 회화	5,500
	88	여행필수 포르투갈어 회화	6,000
	89	여행필수 네덜란드 회화	6,500
	90	여행필수 터키어 회화	7,000